അമ്മിണിക്കോഴിയും കൂട്ടുകാരും

amminikkozhiyum koottukarum
children's literature

•

ambujam kadambooru

•

first chintha edition
july 2016

•

second edition
may 2018

•

published
chintha publishers, thiruvananthapuram

•

typesetting
akshara dtp centre, thiruvananthapuram

•

printed
akshara offset, thiruvananthapuram

•

cover & illustration
sacheendran karadka

വിതരണം

ദേശാഭിമാനി ബുക്ക് ഹൗസ്

H O തിരുവനന്തപുരം-695 035
phone: 0471-2303026, 6063026
www.chinthapublishers.com
chinthapublishers@gmail.com

ബ്രാഞ്ചുകൾ

ഹെഡ്ഡാഫീസ് ബ്രാഞ്ച് കുന്നുകുഴി • സ്റ്റാച്യു തിരുവനന്തപുരം • കെ എസ് ആർ ടി സി ബസ് സ്റ്റേഷൻ ആലപ്പുഴ • കെ എസ് ആർ ടി സി ബസ് സ്റ്റേഷൻ എറണാകുളം • മച്ചിങ്ങൽ ലെയിൻ തൃശൂർ • ഐ ജി റോഡ് കോഴിക്കോട് • മാവൂർ റോഡ് കോഴിക്കോട് • എൻ ജി ഒ യൂണിയൻ ബിൽഡിങ് കണ്ണൂർ • സെൻട്രൽ ബസ് ടെർമിനൽ കോംപ്ലക്സ് താവക്കര കണ്ണൂർ

CR - 1863 / 4652
ISBN - 978-93-86112-37-8

അമ്മിണിക്കോഴിയും കൂട്ടുകാരും
(ബാലസാഹിത്യം)

അംബുജം കടമ്പൂര്

ചിന്ത പബ്ലിഷേഴ്സ്
തിരുവനന്തപുരം-695 035
വില : ₹ 70

അംബുജം കടമ്പൂര്

കണ്ണൂർ ജില്ലയിലെ കടമ്പൂര് സ്വദേശി. മയ്യിൽ ഗവ. ഹയർ സെക്കണ്ടറി സ്കൂൾ അദ്ധ്യാപികയായി ജോലിചെയ്യുന്നു. വിദ്യാരംഗം കഥാ-കവിതാ പുരസ്കാരങ്ങൾ, കെ എസ് ടി എ സംസ്ഥാനതല കഥാപുരസ്കാരം 2010, 2011, 2013 വർഷങ്ങളിലും, മഹിളാചന്ദ്രിക കഥാ പുരസ്കാരം-2011 എന്നിവയും മറ്റ് നിരവധി അംഗീകാരങ്ങളും നേടിയിട്ടുണ്ട്. *അൻവർ നസീറിന്റെ ചരിത്ര പുസ്തകം* എന്ന കഥാസമാഹാരവും *തരിശുനിലത്തിലെ പെണ്ണുറുമ്പുകൾ* എന്ന കവിതാസമാഹാരവും പ്രസിദ്ധീകരിച്ചിട്ടുണ്ട്.

വിലാസം : ഹരിതം, പനയത്താംപറമ്പ്
എടയന്നൂർ പി ഒ, കണ്ണൂർ ജില്ല.
ഫോൺ : 9847561150

പ്രസാധകക്കുറിപ്പ്

കൊച്ചുകൂട്ടുകാരുടെ ലോകം വിസ്തൃതമാക്കാൻ സഹായിക്കുന്ന കൃതിയാണ് *അമ്മിണിക്കോഴിയും കൂട്ടുകാരും*. കുട്ടികളെ അടുത്തറിയുന്ന അദ്ധ്യാപിക എന്ന നിലയിൽ അംബുജം കടമ്പൂര് അവരുടെ നിതാന്തകൗതുകങ്ങളെ ശ്രദ്ധയോടെ ഈ കൃതിയിൽ പരിചരിക്കുന്നുണ്ട്. മഹാലോകങ്ങളെയല്ല, വീട്ടിലും പറമ്പിലുമുള്ള സൂക്ഷ്മലോകത്തെയാണ് എഴുത്തുകാരി അനാവരണം ചെയ്യുന്നത്. കോഴിയും പശുവും പൂമ്പാറ്റയുമൊക്കെ മനുഷ്യജീവിതവുമായി എത്രയേറെ ഇണങ്ങിനില്ക്കുന്നു എന്നു കുട്ടികൾക്ക് കാട്ടിക്കൊടുക്കുകയാണ് ഈ കൃതിയിൽ. ലളിതമായ ഭാഷ. ഇതൾ വിടരുന്ന കൗതുകം. കുട്ടികൾക്ക് ഇഷ്ടമാവുന്ന ഒരു ബാലനോവൽ.

ചിന്ത പബ്ലിഷേഴ്സ്

ഒന്ന്

അനുക്കുട്ടനും നന്ദിനിയും കുറേ നേരായി അമ്മയെ അന്വേഷിച്ചു നടക്കുന്നു. ഒടുവിൽ ചായ്പിൽനിന്നും ചെറിയ പിറുപിറുപ്പ് കേട്ടു.

"കുറച്ച് ദിവസം നീ ഇവിടെ ഇരിക്ക്, മുഴുവനും വിരിയിക്കണം കേട്ടോ..."

അമ്മയെന്താണ് ചായ്പിൽ ചെയ്യുന്നത്? അരോടാണ് അമ്മ സംസാരിക്കുന്നത്...? അനുക്കുട്ടൻ നന്ദിനിയെ നോക്കി.

അവളാണെങ്കിൽ ഒന്നും മനസ്സിലാകുന്നില്ലെന്ന് ചുമല് കുലുക്കി.

"വാ... പതുങ്ങിച്ചെല്ലാം..."

അനുക്കുട്ടൻ പതുക്കെ അനിയത്തിയുടെ കാതിൽ പറഞ്ഞു.

അമ്മ ചായ്പിൽനിന്നും ഇറങ്ങിയപ്പോൾ അവർ അകത്തേക്ക് കടന്നു. ചുറ്റും നോക്കി... എന്തായിവിടെ വിശേഷിച്ച്. അമ്മ ആരോടാണ് സംസാരിച്ചത്...?

"എന്താ നിങ്ങള് അന്വേഷിക്കുന്നേ...?" പെട്ടെന്ന് മൂലയിൽനിന്നൊരു ശബ്ദം. കുട്ടികൾ ആദ്യമൊന്ന് ഞെട്ടി... പതുക്കെ ഇരുട്ടിൽനിന്നും രൂപം തെളിഞ്ഞുകിട്ടി. അമ്മിണിക്കോഴി...!? അവളെന്തിനാ മൂലയ്ക്കിരിക്കുന്നേ... അതും ഒരു കൊട്ടയിൽ കയറി... അനു

ക്കുട്ടൻ കുനിഞ്ഞിരുന്നു സൂക്ഷിച്ചുനോക്കി.

"നീയെന്തിനാ ഇതിന്മേല് കേറിയിരിക്കുന്നേ... പൊറത്തൊന്നും പോകാതെ..."

അമ്മിണിക്കോഴി വലിയ ഗൗരവത്തിൽ ഒന്നു മൂളി. പിന്നെ പറഞ്ഞു.

"നിങ്ങൾടെ അമ്മ എന്നെ ഒരു വലിയ കാര്യം ഏല്പിച്ചിരിക്കുന്നത് കണ്ടിലേ്യ നിങ്ങള്..."

"അമ്മയോ...? നിന്നെയെന്തിന്?"

കുട്ടികൾ അത്ഭുതപ്പെട്ടു. കോഴിയമ്മയ്ക്കും പണികൊടുത്തോ ഈ അമ്മ... എങ്കിൽ അമ്മയോട് ചോദിച്ചിട്ടുതന്നെ കാര്യം. നന്ദിനിക്ക് ആകാംക്ഷയായി.

"അമ്മിണിക്കോഴ്യേ... എന്താണ് അമ്മയും നീയും തമ്മില് രഹസ്യം...?"

"ഉം... അതൊക്കെയുണ്ട്. കുട്ടികളായ നിങ്ങളെന്തിനാ അതൊക്കെ അറിയണത്... പോയി കളിച്ചോളൂട്ടോ..."

അനുക്കുട്ടന്റെയും നന്ദിനിയുടെയും മുഖം വാടി. അമ്മിണിക്കോഴി എന്തോ രഹസ്യം സൂക്ഷിക്കുന്നുണ്ട്. അതു കണ്ടുപിടിക്കണം.

അവളെന്തിനാ ചായ്പിൽ കയറി ഒളിച്ചിരിക്കുന്നേ? സാരല്യ... വഴിയുണ്ടാക്കാം... ഗമക്കാരിയോട് ഇനി ചോദിക്കില്ല. രണ്ടാളും വാടിയ മുഖവുമായി പുറത്തേക്ക് നടന്നു.

"നില്ക്ക് കുട്ട്യോളേ..."

അമ്മിണിക്കോഴി അവരെ വിളിച്ചു. രണ്ടുപേരും തിരിഞ്ഞുനോക്കി.

"ഇങ്ങുവാ. രഹസ്യം പറയാനുണ്ട്... അല്ലെങ്കില് നിങ്ങള് രണ്ടാളും എന്നോട് പിണങ്ങില്ലേ..."

അനുക്കുട്ടനും നന്ദിനിയും അതുകേട്ടപ്പോൾ കോഴിയമ്മയുടെ അടുത്തുചെന്ന് മുട്ടുകുത്തിയിരുന്നു. അമ്മിണിക്കോഴി എന്തു രഹസ്യമാണ് പറയാൻ പോകുന്നത്!

"നിങ്ങൾ കൂട്ടുകാരോടൊന്നും പറയരുത് കേട്ടോ... ഞാൻ കുഞ്ഞുങ്ങളെ വിരിയിക്കാനാ ഇരിക്കുന്നത്..."

"എങ്ങനെ...?" നന്ദിനി ആകാംക്ഷയോടെ ചോദിച്ചു. അവളുടെ കുഞ്ഞുമുഖം വിടർന്ന പൂവുപോലെ തോന്നിച്ചു കോഴിയമ്മയ്ക്ക്.

"എന്റെ ചിറകിനടീല് എട്ട് കോഴിമുട്ടയുണ്ട്. കൊറേ ദെവസം അതിന്മേല് ഇരുന്ന് ചൂട് കൊടുക്കണം. പൊറത്തേക്കൊന്നും അങ്ങനെ എറങ്ങാൻ പറ്റില്യ... മുട്ടകളൊക്കെ തണുത്തു പോവൂല്ല്യേ... കുറേ ദെവസം കഴിഞ്ഞാല് എന്റെ കുട്ട്യോള് തോടു പൊളിച്ച് പുറത്തേക്ക് വരും ട്ടോ..."

അനുക്കുട്ടൻ അനിയത്തിയെ നോക്കി അമ്പരപ്പ് കാണിച്ചു. അവളാണെങ്കില് വാ പൊളിച്ചിരിക്ക്യാണ്.

പുറത്തുനിന്നും അമ്മ അവരെ അന്വേഷിക്കുന്ന ശബ്ദം കേട്ടു. ഇനി ഇവിടിരുന്നാൽ കൊഴപ്പമാകും. അമ്മിണിക്കോഴി അവരോട് പറഞ്ഞു.

"ഇനിയിവിടെ നിൽക്കണ്ട... കൊഴപ്പമാകും... വേഗം പൊയ്ക്കോളൂ... ഇടയ്ക്ക് വന്നാൽ മതി... ആരും കാണാണ്ട് കേട്ടോ..."

രണ്ടാളും പമ്മിപ്പമ്മി പുറത്തേക്ക് പോയി.

അമ്മിണിക്കോഴി മുട്ടയ്ക്ക് മീതേ ഒന്നുകൂടി ശ്രദ്ധയോടെ പൊതിഞ്ഞിരുന്നു.

രണ്ട്

പിറ്റേന്ന് കാലത്ത് നേഴ്സറിയിൽ പോകാൻ ഒരുങ്ങിയപ്പോൾ അനുക്കുട്ടൻ നന്ദിനിയോട് പറഞ്ഞു:

"നമുക്ക് അമ്മിണിക്കോഴിയെ കണ്ടിട്ട് പോവ്വാ... ല്യേ..."

"അമ്മിണിയേ..." അനുക്കുട്ടൻ പതിയെ വിളിച്ചു. അവരുടെ പതുങ്ങിയുള്ള വരവ് കണ്ടിരുന്ന അമ്മിണിക്കോഴി പറഞ്ഞു:

"ദേ... ഞാനിബ്ടെത്തന്നേ ഉണ്ട്..."

കുറേ നോക്കിയപ്പോൾ അവളെ കാണാൻ കഴിഞ്ഞു.

"ഞങ്ങള് നേഴ്സറീല് പോവാണ്ട്ടോ. ഇനി വൈകുന്നേരേ വരത്തുള്ളു. ലേശം ഉപ്പുമാവ് കൊണ്ടുവന്നിട്ടുണ്ട്. നീ വേഗം കഴിക്കൂ. നെനക്ക് വെശക്ക്ണുണ്ടാവില്ല്യേ."

അനുക്കുട്ടൻ ഉപ്പുമാവ് പാത്രം കോഴിയമ്മ ഇരിക്കുന്ന കൊട്ടയ്ക്കടുത്തേക്ക് നീക്കിവച്ചു.

അമ്മിണിക്കോഴിക്ക് കുട്ട്യോളോട് വല്ലാത്ത അലിവു തോന്നി.

"ദേ... അടയിരിക്കണ തള്ളക്കോഴി അധികോന്നും കഴിക്കാൻ പാടില്ല. ഇവിടെയിരുന്നു കഴിക്കാനും പറ്റില്ല. അതൊക്കെ നെലത്ത് വീണ് ഇബ്ടെ ഉറുമ്പുകള് വരില്ല്യേ. ഉറുമ്പുകള് വന്നാല് എനിക്കിവിടെ ഇരിക്കാമ്പറ്റില്ല... നിങ്ങളിത് കൊണ്ടുപൊയ്ക്കോളൂ. ഞാൻ പിന്നീട് പൊറത്തേക്ക് പോകുമ്പോള് കഴിച്ചോളാം..."

നന്ദിനി ഉപ്പുമാവ്പാത്രം കൈയിലെടുത്തു. താഴെവീണ് ഉറുമ്പുകള് വരാതിരിക്കാനും പ്രത്യേകം ശ്രദ്ധിച്ചു.

"ഇനി ഞങ്ങള് പോവ്വാ..."

അനുക്കുട്ടൻ നന്ദിനിയേയും കൂട്ടി പുറത്തേക്ക് വന്നു. എന്തൊരു ശ്രദ്ധയാണ് അമ്മിണിക്കോഴിക്ക്. സ്വന്തമായി കുട്ടികളെ വിരിയിച്ചെടുക്കാനാണ് പോലും...

"നിങ്ങളെബ്ടെപ്പോയിര്ന്നു കുട്ട്യോളേ..." അമ്മ ദേഷ്യത്തിലാണ്. എന്താണാവോ കാരണം. അമ്മ തങ്ങളോട് പറയാതെ ഒളിച്ചുവച്ച കാര്യം കണ്ടുപിടിച്ചൂന്ന് അമ്മയോട് പറഞ്ഞാലോ... അനുക്കുട്ടൻ ആലോചിച്ചു. വേണ്ട... ചായ്പിൽ പോയീന്നറിഞ്ഞാൽ പിന്നീടൊരിക്കലും അതില് കയറാൻ വിടില്ല. അതുകൊണ്ട് ഒന്നും മിണ്ടാതെ നിന്നു. കളവ് പറഞ്ഞാൽ അമ്മയ്ക്ക് മനസ്സിലാവേം ചെയ്യും.

"വണ്ടി വരാറായില്ല്യേ ന്താ... രണ്ടാളുംകൂടി പതുങ്ങിനിൽക്കുന്നേ. സ്കൂളിൽ പോണ്ടാന്ന് തോന്നുന്നുണ്ടോ... മടിയന്മാര്..."

അമ്മയ്ക്ക് ദേഷ്യം തന്നെയാണ്. വണ്ടി വരണ സമയമാവുമ്പോള് രണ്ടാളും മുറ്റത്തിറങ്ങി നില്ക്കുന്നതല്ലേ. ഇന്നത്തെ അതിശയം കണ്ട് നിന്നുപോയതാണെന്ന് അമ്മയോടെങ്ങനെ പറയും? അങ്ങനെ ആലോചിച്ച് നിൽക്കുമ്പോഴേയ്ക്കും വണ്ടി വരികയും ചെയ്തു. വണ്ടിക്കുള്ളിലിരുന്ന് നന്ദിനി അനുക്കുട്ടനോട് അമ്മിണിക്കോഴീടെ കാര്യം തന്നെയാണ് പറഞ്ഞോണ്ടിരുന്നത്.

"മുട്ട വിരിഞ്ഞ് കുഞ്ഞുങ്ങളാവൂന്നല്ല്യേ കോഴിയമ്മ പറഞ്ഞത്. അത് നെനക്കറിയ്യോ അനുക്കുട്ടാ...?"

നന്ദിനി അവനോട് ചോദിച്ചപ്പോൾ അവന്റെ മുഖം വാടി. ഒരെത്തുംപിടിയും കിട്ടുന്നില്ല. ആരും ഇത്തരം കാര്യം പറഞ്ഞു തന്നിട്ടുമില്ല.

"ഏയ്, എനിക്ക് ശരിക്കും അറിഞ്ഞൂടാ... എന്താപ്പാ ചെയ്യാ... രേവതിടീച്ചറിനോട് ചോയ്ച്ചാ പറഞ്ഞു തരുവായിരിക്കും."

"ശരിയാ." നന്ദിനി സമാധാനിപ്പിച്ചു.

അപ്പോഴേക്കും വണ്ടി സ്കൂളിന്റെ മുറ്റത്തെത്തിക്കഴിഞ്ഞു.

'ആയമ്മ' വന്നു എല്ലാവരേയും ലൈനാക്കി ക്ലാസ്സിലേക്ക് പറഞ്ഞയച്ചു. അനുക്കുട്ടൻ യാതൊരു തിരക്കും കാണിച്ചില്ല. എന്തിനാണ് കുട്ടികളിങ്ങനെ ബഹളം വയ്ക്കുന്നത്. ക്ലാസ്സിലേക്ക് നടക്കുമ്പോഴും അനുക്കുട്ടന്റെ കണ്ണുകൾ അന്വേഷിച്ചത് രേവതി ടീച്ചറിനെയായിരുന്നു. ടീച്ചറിനോട് ചോദിക്കാനാണ് എളുപ്പം. എന്തു കാര്യവും ടീച്ചർ രസകരമായി പറഞ്ഞുതരും. ഒരിക്കലും പേടിപ്പിക്കുകയോ അടിക്കുകയോ ചെയ്തിട്ടില്ല.

ചിരിച്ചോണ്ടേ ടീച്ചർ വർത്തമാനം പറയുള്ളൂ. നുണക്കുഴി വിരിയുന്ന കവിള് കാണുമ്പോൾ ചിരിവരും.

മൂന്ന്

"ടീച്ചർ... എങ്ങനെയാ മുട്ട വിരിഞ്ഞ് കോഴിക്കുഞ്ഞ് ജനിക്കാ...?"

അനുക്കുട്ടൻ ടീച്ചറിന്റെ അടുത്തുചെന്ന് രഹസ്യമായിട്ടാണ് ചോദിച്ചത്. ടീച്ചർ അമ്പരപ്പോടെ അവനെ നോക്കി. പിന്നെ പുഞ്ചിരിയോടെ പറയാൻ തുടങ്ങി.

"എല്ലാവരും ഒന്നിങ്ങു ശ്രദ്ധിക്ക്. നമ്മുടെ അനുക്കുട്ടന്റെ സംശയം കേട്ടോ. നമുക്കതിന്റെ ഉത്തരം പറഞ്ഞു കൊടുക്കണ്ടേ..."

എല്ലാവരും ആകാംക്ഷയോടെ ടീച്ചറിനേയും അനുക്കുട്ടനേയും നോക്കി.

"കോഴിക്കുഞ്ഞ് എങ്ങനെയാ ജനിക്കാന്ന് എത്രപേർക്ക് അറിയാം?"

എല്ലാവരും പരസ്പരം നോക്കി. ശ്രീരാഗ് ഉറക്കെ വിളിച്ചു പറഞ്ഞു. "മുട്ട വിരിഞ്ഞ്."

"ശരിയാ..." ടീച്ചർ അവനെ അഭിനന്ദിച്ചു. അവന്റെ മുഖം അഭിമാനംകൊണ്ട് വിടരുന്നത് എല്ലാവരും കണ്ടു.

"പക്ഷേ, ഒറ്റ ദിവസം കൊണ്ടൊന്നും വിരിയില്ല കേട്ടോ. ഇരുപത്തിയൊന്ന് ദിവസമെങ്കിലും തള്ളക്കോഴിയുടെ ചൂട് തട്ടിയാലേ മുട്ടയ്ക്കുള്ളിൽനിന്നും കുഞ്ഞ് തോട് പൊട്ടിച്ച് പുറത്ത് വരൂള്ളൂ..."

ടീച്ചർ പറഞ്ഞു തുടങ്ങിയപ്പോൾ എല്ലാവരും നല്ലൊരു കഥ കേൾക്കുന്ന രസത്തിലായിരുന്നു. ആരോമൽ എഴുന്നേറ്റ് നിന്നു.

"എന്റെ വീട്ടില് മുത്തശ്ശി കോഴിക്കുഞ്ഞിനെ വിരീച്ചിരുന്നു. പത്ത് കുട്ട്യോളാ ഉണ്ടായത്..." അവൻ പത്തുവിരലും നിവർത്തിക്കാണിച്ചു.

"അതേയോ..."

ടീച്ചർ ആശ്ചര്യത്തോടെ അടുത്തുചെന്ന് അവന്റെ തലയിൽ തടവി. എന്നിട്ട് പറഞ്ഞു:

"തള്ളക്കോഴിക്ക് ഇരിക്കാൻ പറ്റ്ണത്രയും മുട്ട അടവയ്ക്കാം. സമയാവുമ്പോൾ ഓരോന്നായി തോട് പൊട്ടിച്ച് 'കിയോ കിയോ'ന്ന് ഒച്ചയുണ്ടാക്കീട്ട് പുറത്തുവരും. എല്ലാവരും വിരിഞ്ഞാല് കോഴിയമ്മ മക്കളേയും കൂട്ടി മുറ്റത്ത് ഇറങ്ങിവരും."

അതൊക്കെ കേട്ട് അനുക്കുട്ടൻ വായും പൊളിച്ചിരുന്നു. തന്റെ വീട്ടിൽ വിരിയുന്ന കോഴിക്കുഞ്ഞുങ്ങളേയും കൂട്ടി അമ്മിണിക്കോഴി മുറ്റത്തേക്കിറങ്ങുന്നത് സ്വപ്നം കാണുകയാണവൻ. "കൊത്തിപ്പെറുക്കാൻ അമ്മക്കോഴിയാണ് പഠിപ്പിക്കുന്നത്. ആദ്യമൊന്നും കുട്ടികൾക്ക് ചിക്കാനറിയില്ല. പിന്നെപ്പിന്നെ പഠിച്ചോളും."

ടീച്ചർ പിന്നെയും പിന്നെയും കോഴികളുടെ കാര്യം പറഞ്ഞുകൊണ്ടിരുന്നു. അനുക്കുട്ടന് അതൊക്കെ പതുക്കെ പതുക്കെ സംഭവിക്കുന്നതായി തോന്നിത്തുടങ്ങി. എന്നാൽ ആരോമലിന് എല്ലാം അറിയാമെന്ന ഭാവത്തിലിരിക്കുകയാ. ഓ... അവന്റെയൊരു ഗമ കണ്ടില്ലേ.

"അനുമോന് മനസ്സിലായില്ലേ..." ടീച്ചർ അനുക്കുട്ടനോട് ചോദിച്ചപ്പോൾ അവൻ തലയാട്ടി സമ്മതിച്ചു. വൈകുന്നേരം വണ്ടിയിലിരുന്നപ്പോൾ നന്ദിനി അവന്റെ അടുത്തേക്ക് ചേർന്നിരുന്നു. അവൻ ഒന്നും മിണ്ടാതെ ആലോചിച്ചുകൊണ്ടിരിക്കുന്നതു കണ്ടപ്പോൾ നന്ദിനിക്ക് ക്ഷമ നശിച്ചു.

"നീ രേവതിടീച്ചറോട് ചോയ്ച്ചോ?"

അവൻ വള്ളിപുള്ളി വിടാണ്ട് അവളോട് പറഞ്ഞു. അതുകേട്ട നന്ദിനി അതിശയത്തിന്റെ ശബ്ദങ്ങളൊക്കെ ഉണ്ടാക്കിക്കൊണ്ടിരുന്നു.

"എന്നിട്ട്...? അതെയോ...?" എന്നൊക്കെ ഇടയ്ക്കിടെ ചോദിച്ചു. ആരോമലിന്റെയും ശ്രീരാഗിന്റെയും വീട്ടില് കോഴിക്കുഞ്ഞുണ്ടെന്ന് കേട്ടപ്പോൾ നന്ദിനിയുടെ അതിശയമിരട്ടിച്ചു. വീട്ടിലെത്തിയപാടെ അമ്മിണിയെ കാണാൻ ഓടിച്ചെന്നു.

"എത്തിയോ കുട്ടികള്...?"

അവൾ സ്നേഹത്തോടെ ചോദിക്കുന്നത് കേട്ട് രണ്ടാളും ചിരിച്ചു.

"അമ്മിണിക്കോഴ്യേ... രേവതിടീച്ചർ എല്ലാം പറഞ്ഞു തന്നൂട്ടോ. മുട്ട വിരിഞ്ഞ് കുഞ്ഞുങ്ങളെങ്ങിന്യാ ഉണ്ടാവാന്ന് പക്ഷേ നേരിട്ട് കണ്ടാലേ സമാധാനമുള്ളൂ."

അതുകേട്ട് അമ്മിണിക്കോഴി പറഞ്ഞു:

"നിങ്ങള് മിടുക്കന്മാര് തന്നെ. ഇനി കുഞ്ഞുങ്ങള് വിരിഞ്ഞാ കാണാൻ വന്നാമതി കേട്ടോ..."

"ഉം..."

മനസ്സില്ലാമനസ്സോടെ സമ്മതിച്ചിട്ട് രണ്ടാളും പുറത്തേക്ക് വന്നു.

നാല്

പൂവാലിപ്പശു പുല്ല് തിന്നുന്നത് നോക്കി നില്ക്കുവാണ് നന്ദിനി. നല്ല പച്ചപ്പുല്ല് അമ്മ അതിന് വാരിയിട്ട് കൊടുത്തിരിക്കുകയാണ്. കുറേ തിന്നു കഴിഞ്ഞപ്പോൾ തലനിവർത്തി പൂവാലി ചുറ്റും നോക്കി.

"അല്ലാ, ആരിത് നന്ദിനിക്കുട്ട്യോ... ന്താപ്പാ ഇങ്ങനെ നോക്കണത്..."

നന്ദിനി ചിരിച്ചു. എന്നിട്ട് പറഞ്ഞു.

"വെറ്തേ നോക്കിയതാ... നീയെപ്പഴാ പൂവാലീ പ്രസവിക്കപ..."

പൂവാലി നന്ദിനിയെ നോക്കിച്ചിരിച്ചു.

"ഇനീം രണ്ടുമാസം കഴിയണം. അതുകൊണ്ടല്ലേ നിന്റമ്മ നല്ലോണം എന്നെ നോക്കണത്. പുല്ലും പിണ്ണാക്കും കാലിത്തീറ്റയുമൊക്കെ ഒരുപാട് തരുന്നുണ്ട്... നല്ല ഭക്ഷണം കഴിച്ചാലല്ലേ ആരോഗ്യമുള്ള കുഞ്ഞുണ്ടാകുള്ളൂ..."

പൂവാലി പറയണത് കേട്ടപ്പോൾ നന്ദിനിക്ക് സംശയം തോന്നി.

"ഓ... നീ പ്രസവിച്ചാല് ധാരാളം പാല് കിട്ടാനാണെന്ന് അമ്മ പറഞ്ഞൂലോ..."

"അതും ശരിയാ. ഇതും ശരിയാ."

പൂവാലി ചുറ്റും നോക്കിയിട്ട് നന്ദിനിയോട് ചോദിച്ചു:

"നമ്മുടെ അമ്മിണിക്കോഴിയെ കണ്ടിട്ട് രണ്ടാഴ്ചയോളം ആയീലോ... നിന്റമ്മ അതിനെ വിറ്റോ... അതോ കുറുക്കനെങ്ങാനും അവളെ കൊന്നുകളഞ്ഞോ...?

നന്ദിനി പൂവാലീന്റെ അടുത്തേക്ക് നീങ്ങിനിന്നു...

"അതൊരു രഹസ്യാ... നീയാരോടെങ്കിലും പറയ്യോ...?"

പൂവാലി അമ്പരന്നു. എന്താ രഹസ്യാ... ഈ കുഞ്ഞിപ്പെണ്ണിന്റെ മനസിലുള്ളത്? എന്തായാലും കേട്ട് നോക്കാം.

"നീ പറയെന്റെ മോളേ... ഞാനാരോടും പറയാൻ പോണില്ല..."

നന്ദിനിക്കുട്ടി എല്ലാം വിശദമായി പൂവാലിയോട് പറഞ്ഞു. അതുകേട്ട് അവൾ ചിരിച്ചു.

"അതു ശരി... അതാണല്ലേ കാര്യം..."

പൂവാലി വീണ്ടും പുല്ല് തിന്നാൻ തുടങ്ങി. അവൾക്ക് എല്ലാമറിയാമെന്ന ഭാവമായിരുന്നു.

നന്ദിനി അമ്മയുടെ അടുത്തേക്ക് ചെന്നു. അവിടെ അനുക്കുട്ടനും ഉണ്ടായിരുന്നു. അവന്റെ സംശയങ്ങളൊക്കെ അമ്മയോട് ചോദിക്കുകയാണ്.

"ആരോമലിന്റെ വീട്ടില് കോഴിക്കുഞ്ഞുങ്ങളുണ്ടമ്മേ... പത്തെണ്ണം."

അവൻ അറിയാതെ പറഞ്ഞുപോയി... പിന്നെ നാവുകടിച്ചുകൊണ്ട് നന്ദിനിയെ നോക്കി. അവൾ അവനെയും.

അമ്മ യാതൊരു ഭാവവ്യത്യാസവുമില്ലാതെ തുണി കഴുകുകയാണ്.

"അതിനെന്താ അനൂട്ടാ... നമ്മൾടെ വീട്ടിലും കോഴിക്കുഞ്ഞുങ്ങളുണ്ടാവും. നാലഞ്ച് ദിവസം കഴിയട്ടെ..."

അമ്മ പറയുന്നത് കേട്ട് രണ്ടാളും അത്ഭുതം അഭിനയിച്ചു.

"ഉവ്വോ...?"

"അമ്മിണിക്കോഴിയെ ഞാൻ അടവച്ചിട്ടുണ്ട് ഒരിടത്ത്."

"ഹായ്..." നന്ദിനി ഉറക്കെ ചിരിച്ചു. രണ്ടുപേരുടെയും ആഹ്ലാദത്തിമിർപ്പ് കണ്ട് അമ്മ പറഞ്ഞു:

"നിങ്ങളാ അമ്മിണീന്റടുത്ത് പോകണ്ട... അടയിരിക്കണെ

കോഴീനെ ശല്യപ്പെടുത്തരുത്."

അമ്മയ്ക്കറിയില്ലല്ലോ ദിവസോം അമ്മിണീനെ കാണാൻ തങ്ങള് പോകുന്ന കാര്യം...

അവളെന്തെല്ലാം പറഞ്ഞു തരുന്നുണ്ട്... കുഞ്ഞുങ്ങളെ കാണാൻ ഞങ്ങളെപ്പോലെ അവളും കാത്തിരിക്ക്വാന്ന് അമ്മയ്ക്കറിയില്ലല്ലോ...

"ദേ അനൂട്ടാ... ഒരു മുട്ടയ്ക്കുള്ളില് അനക്കം തുടങ്ങി. അവൻ രണ്ടീസംകൊണ്ട് പൊറത്തേക്ക് വരും..." ഒരു വൈകുന്നേരം സ്കൂൾ വിട്ട് വന്നപ്പോഴാണ് അമ്മിണിക്കോഴി പതുക്കെ കുട്ടികളോട് പറഞ്ഞത്... അമ്മിണിക്കോഴിക്ക് ആകെയുള്ള കൂട്ടുകാരല്ലെ അവർ... അവൾ പറയുന്നത് കേട്ടപ്പോൾ നന്ദിനി തുള്ളിച്ചാടി. കുഞ്ഞിക്കോഴിയെ ഒന്നു വേഗം കാണാൻ കഴിഞ്ഞെങ്കിൽ... ആ വിവരം പൂവാലിപ്പശുവിനോട് പറയാനായി രണ്ടാളും പുറത്തേക്കിറങ്ങി.

പാവം തങ്ങളുടെ അമ്മയ്ക്കുപോലുമറിയില്ല മുട്ട വിരിയാനായ കാര്യം. അമ്മിണിക്കോഴിക്ക് തങ്ങളെ അത്രയ്ക്കിഷ്ടായതുകൊണ്ടാണല്ലോ എല്ലാ കാര്യങ്ങളും പറയുന്നത്.

നന്ദിനിയും അനുക്കുട്ടനും പൂവാലിയുടെ അടുത്തേക്ക് ചെന്നപ്പോൾ അമ്മ അവൾക്കുള്ള ഭക്ഷണം കൊടുക്കുകയാണ്. അമ്മ പോകുന്നതും കാത്ത് അവരവിടെ ചുറ്റിപ്പറ്റി നിന്നു.

അഞ്ച്

മുറ്റത്തെ നന്ത്യാർവട്ടച്ചെടിയിൽ നിറയെ ഈശ്വരമുല്ല വള്ളി ചുറ്റിപ്പടർന്നു കിടക്കുകയാണ്. അനുക്കുട്ടനും നന്ദിനിയും മുറ്റത്ത് കളിച്ചുകൊണ്ടിരിക്കുമ്പോഴാണ് സുന്ദരിയായ ഒരു പൂമ്പാറ്റയെ വള്ളിപ്പടർപ്പിൽ ഇരിക്കുന്നത് കണ്ടത്. രണ്ടുപേരും അതിനടുത്തേക്ക് ചെന്നു.

“ദേ... നോക്കിയേ അനൂട്ടാ... സുന്ദരിപ്പൂമ്പാറ്റ...”

അനുക്കുട്ടൻ പൂമ്പാറ്റയെ അതിശയത്തോടെ നോക്കി. എത്ര നിറങ്ങളാണതിന്. ചുവപ്പും മഞ്ഞയും കറുപ്പും വെള്ളയും ചേർന്ന് ഓണത്തിന് പൂക്കളമൊരുക്കിയമാതിരിയുണ്ട്. രണ്ടാളും അതിശയത്തോടെയും ആഹ്ലാദത്തോടെയും അതിനെത്തന്നെ നോക്കിനിന്നു.

“നോക്കൂ നന്ദിനീ... ഒരുപാട് പുഴുക്കളുണ്ട് വള്ളിയിലയിൽ. ദേ, എത്ര കാലുകളാ ആ പുഴുക്കൾക്ക്...”

നന്ദിനിയും അതുതന്നെ നോക്കുകയായിരുന്നു. ചുവപ്പും കറുപ്പും ചേർന്ന നിറമുള്ള വലിയ പുഴുക്കള്... അവ മുല്ല ച്ചെടിയുടെ ഇലകൾ പതുക്കെ തിന്നുകയാണ്. രണ്ടാളും ഏറെസമയം നോക്കിക്കൊണ്ടിരുന്നു.

“എന്താ കുട്ട്യോളേ ഇങ്ങനെ നോക്കുന്നേ...?”

നേരിയ ഒരു ശബ്ദം കേട്ട് അവർ അമ്പരുന്നു. ഇതുവരെ കേൾക്കാത്ത ഒരു ശബ്ദമാണത്. ഒരു കുഞ്ഞു ശബ്ദം. ചുറ്റും നോക്കിയെങ്കിലും ആരെയും കണ്ടില്ല.

“ഇങ്ങോട്ട് നോക്കൂ... ഇവിടെ...” പൂമ്പാറ്റ ഇലയിൽനിന്നും ഉയർന്നു പറക്കുകയും വീണ്ടും ഇലയിൽ തന്നെ വന്നിരിക്കുകയും ചെയ്തു. രണ്ടുപേരും അന്തംവിട്ടു നോക്കിനിന്നു. ഈ പൂമ്പാറ്റയാണ് തങ്ങളെ വിളിച്ചത്.

എന്തൊരു മധുരമുള്ള ശബ്ദം... എപ്പോഴും തേൻ കുടിക്കുന്നതുകൊണ്ടായിരിക്കും ഇത്ര മധുരമുള്ള ശബ്ദമെന്ന് അനുക്കുട്ടന് തോന്നിപ്പോയി.

പൂമ്പാറ്റകൾ എത്ര ഭാഗ്യം ചെയ്തവരാണ്. പല നിറങ്ങളുള്ള ശരീരവുംകൊണ്ട് എളുപ്പത്തിൽ പറന്നുകളിക്കാം. എപ്പോഴും തേൻ കുടിക്കാം. ആകാശത്തിലൂടെ പറന്നു ഭൂമിയിലെ എല്ലാം കാണാം... ഹോ... എന്ത് രസായിരിക്കുമത്.

അനുക്കുട്ടൻ പൂമ്പാറ്റയുടെ അടുത്തേക്ക് ചെന്നു. മെല്ലെ നന്ദിനിയും അങ്ങോട്ട് നീങ്ങിനിന്നു.

“നിങ്ങൾ രണ്ടാളുമെന്താണ് നോക്കുന്നത്? ഞാൻ സുന്ദരി പൂമ്പാറ്റയാണ്.” അതിന്റെ ശബ്ദം വീണ്ടും കേട്ടപ്പോൾ കുട്ടികൾ പരസ്പരം നോക്കുകയും സന്തോഷത്തോടെ ചിരിക്കുകയും ചെയ്തു.

“അതേയോ... നീയെങ്ങനെ ഇവിടെവന്നു... ഇന്നലെവരെ നിന്നെ ഞങ്ങളിവിടെ കണ്ടില്ലല്ലോ...”

സുന്ദരിപ്പൂമ്പാറ്റ ചിരിച്ചുകൊണ്ട് പാറിപ്പറന്ന് ഒരുവട്ടംകൂടി ചുറ്റിവന്ന് നന്ത്യാർവട്ടച്ചെടിയിലിരുന്നു.

“ഇന്നലെയാണ് ഞാൻ വിരിഞ്ഞത്. ദാ കണ്ടില്ലേ എന്റെ ചിറകുകൾ... ഭംഗിയില്ലേ കൂട്ടുകാരേ...?”

അനുക്കുട്ടനും നന്ദിനിയും അത്ഭുതത്തോടെ സമ്മതിച്ചു. നല്ല വർണ്ണക്കുപ്പായം തന്നെയാണത്. എത്ര നിറങ്ങളാണതിനുള്ളത്.

“ശരിയാ... നിന്നെക്കാണാൻ എന്തൊരു ഭംഗിയാണ്?”

അതുകേട്ട സുന്ദരി പൂമ്പാറ്റ സന്തോഷത്തോടെ പറഞ്ഞു.

"ഇന്നലെവരെ ഞാൻ ഇങ്ങനെയൊന്നുമായിരുന്നില്ല. അമ്മപ്പൂമ്പാറ്റയിട്ട മുട്ടകൾ വിരിഞ്ഞ് പുഴുവായിരുന്നു. പിന്നെ കുറേ ദിവസം പ്യൂപ്പ എന്ന അവസ്ഥയിലും. ദേ, ആ ചെടിയിലാണെന്റെ പ്യൂപ്പ തൂങ്ങിക്കിടന്നത്. അതെന്റെ രണ്ടാംഘട്ട ജീവിതമാണ്. കുറേ കഴിഞ്ഞപ്പോഴാണ് സൂര്യപ്രകാശം തട്ടി പ്യൂപ്പയുടെ തോടുപൊട്ടിച്ച് ഞാൻ പുറത്തുവന്നത്. അപ്പോഴേക്കും ഞാൻ ശരിക്കും പൂമ്പാറ്റയായി..."

"ഹോ..." കുട്ടികൾ അന്തംവിട്ടുപോയി. പുഴുവായ ജീവി പൂമ്പാറ്റയാവുകയോ...?"

"ദേ, ആ കാണുന്ന ചെടിയിലൊക്കെ പുഴുവും പ്യൂപ്പയുമാണ്. നിങ്ങളാരും ഉപദ്രവിക്കരുത്."

നന്ദിനി അലിവോടെ പൂമ്പാറ്റയോട് പറഞ്ഞു:

"സുന്ദരീ... ഞങ്ങളൊന്നിനെയും ഉപദ്രവിക്കാറില്ല."

"വളരെ നല്ലത്. നിങ്ങൾക്ക് അടുത്ത ദിവസങ്ങളിലൊക്കെ ധാരാളം പൂമ്പാറ്റകളെ കാണാം..."

അനുക്കുട്ടൻ നന്ദിനിയോട് പറഞ്ഞു.

"നമുക്കിനി നാളെ നോക്കാം. ഇക്കാര്യം ആരോടും പറയാതെ ശ്രദ്ധിക്കണം."

"കൂട്ടരെ, എനിക്ക് വിശക്കുന്നുണ്ട്... ഞാൻ തേൻ കുടിക്കാൻ പൂവ് തേടിപ്പോകട്ടെ..."

അതുംപറഞ്ഞ് സുന്ദരിപ്പൂമ്പാറ്റ പറന്നുയരുന്നതും നോക്കി രണ്ടുപേരും ഏറെനേരം നിന്നു.

അമ്മയുടെ അടുത്തേക്ക് ഓടിച്ചെന്ന നന്ദിനി പൂമ്പാറ്റകളുടെ വീടെവിടെയെന്നും അവരുടെ അമ്മ ആരെന്നും ചോദിച്ചു. അമ്മയാണ് അവരോട് പറഞ്ഞത് പൂമ്പാറ്റകൾക്ക് സ്ഥിരമായി വീടില്ലെന്ന്. എവിടെയെങ്കിലും മുട്ടയിട്ട് പൂമ്പാറ്റകൾ പറന്നുപോകും. കുറേ ദിവസം കഴിഞ്ഞാൽ മുട്ട പുഴുവായും പൂമ്പാറ്റയായും മാറും. അതൊക്കെ അമ്മമാരുടെ സഹായമില്ലാതെ നടക്കുമത്രേ...!

അവരുടെ അമ്മമാർക്കും അത്രയധികം ദിവസം ജീവിക്കാനാവില്ല... ഈ ഭൂമിയിൽ ദൈവസൃഷ്ടികളായി പലതുമുണ്ട്. മൃഗങ്ങളും പക്ഷികളും മരങ്ങളും മനുഷ്യരും അക്കൂട്ടത്തിൽ പൂമ്പാ

റ്റകളും. എല്ലാവർക്കും ജീവിക്കാനുള്ളതാണ് ഈ ഭൂമി. കുറെ ആയുസ്സുള്ളതും കുറച്ച് ആയുസ്സുള്ളതും കാണും... മരങ്ങൾക്കൊക്കെ ഒരുപാടായുസ്സുണ്ട്. അത്തരം മരങ്ങളുടെ പേരുകളും അമ്മ പറഞ്ഞുകൊടുത്തു. മനുഷ്യരേക്കാൾ അധികം കാലം ജീവിക്കുന്നവയാണവ.

പൂമ്പാറ്റക്കുഞ്ഞുങ്ങൾ വിരിഞ്ഞ് കണ്ണുതുറന്നാൽ സ്വന്തം അമ്മയെ കാണാൻ പറ്റില്ലല്ലോ എന്നോർത്തപ്പോൾ നന്ദിനിയുടെ കണ്ണുനിറഞ്ഞുപോയി. എല്ലാർക്കും സന്തോഷം തരാനാണ് ദൈവം പൂമ്പാറ്റകളെ സൃഷ്ടിച്ചിരിക്കുന്നതെന്ന് അമ്മ പറഞ്ഞപ്പോൾ നന്ദിനിക്കു സന്തോഷമായി. ആർക്കും ദ്രോഹം ചെയ്യില്ല അവറ്റകൾ. വളരെ ഉപകാരിയാണെന്നുകൂടി അമ്മ പറഞ്ഞതെന്തുകൊണ്ടാണ്?

പൂക്കളിൽനിന്നും തേൻ കുടിച്ച് മാറിമാറിപ്പോകുമ്പോൾ അവരുടെ കാലുകളിലെ പൂമ്പൊടി മറ്റേ പൂവുകളിൽ പറ്റിപ്പിടിക്കും. അങ്ങനെയാണത്രേ കായകൾ ഉണ്ടാകുന്നത്.

എത്ര നല്ല കാര്യങ്ങളാണ് ഈ സുന്ദരന്മാരായ പൂമ്പാറ്റകൾ ചെയ്തുതരുന്നത് എന്നോർക്കുന്തോറും അനുക്കുട്ടനും സന്തോഷമായി.

ഇനി പൂമ്പാറ്റകളെ കാണുമ്പോൾ പിന്നാലെ പതുങ്ങിച്ചെന്ന് ചിറകുകളിൽ പിടിച്ച് അവയെ ശല്യപ്പെടുത്തരുതെന്ന് അമ്മ പറഞ്ഞപ്പോൾ രണ്ടുപേരും സമ്മതിച്ച് തലകുലുക്കി.

ആറ്

രണ്ടുദിവസം കഴിഞ്ഞ് സ്കൂൾ വിട്ടുവന്നപ്പോൾ കുട്ടികൾ രണ്ടാൾക്കും അമ്മിണിക്കോഴിയെ കാണാൻ കൊതിയായി. എന്തായിരിക്കും അവളുടെ വിശേഷം. അവർ അമ്മ കാണാതെ ചായ്പിലെത്തി. ഇരുട്ടിൽ പതുങ്ങിനിൽക്കുന്ന അനുക്കുട്ടനെയും നന്ദിനിയേയും കണ്ടപ്പോൾ അമ്മിണി വിളിച്ചു:

"എന്താ, കുറേ ദിവസമായീലോ നിങ്ങൾ ഇങ്ങോട്ട് വന്നിട്ട്... എന്താ പറ്റിയത്?"

അനുക്കുട്ടൻ അവളുടെ അടുത്ത് ചെന്നിരുന്നിട്ട് പറഞ്ഞു:

"അമ്മ പറഞ്ഞിട്ടാ. നിന്നെ ശല്യപ്പെടുത്തരുതെന്ന്. നിനക്ക് കുഞ്ഞുങ്ങളുണ്ടാകുന്ന കാര്യം അമ്മ ഞങ്ങളോട് പറഞ്ഞൂട്ടോ."

അമ്മിണിക്ക് സന്തോഷമായി.

"ശരിശരി... നിങ്ങൾക്ക് ഒരതിശയം കാണണോ...? ദേ നോക്കിയേ." അമ്മിണിക്കോഴി തന്റെ ഒരു ചിറക് അല്പം പൊക്കിക്കാണിച്ചു. ഒരു കുഞ്ഞുകോഴി...!!!

രണ്ടു കുട്ടികളും ആഹ്ലാദത്തോടെ കൈകൊട്ടി. അവർക്കത് വിശ്വസിക്കാനാവാത്തതുപോലെ പല ശബ്ദങ്ങളുണ്ടാക്കിക്കൊണ്ടിരുന്നു.

"എന്തു ഭംഗിയാ കാണാൻ... പഞ്ഞികൊണ്ടുണ്ടാക്കിയ

മാതിരി" അനുക്കുട്ടൻ പറഞ്ഞു.

"എനിക്ക് ഉമ്മ കൊടുക്കാൻ തോന്നുന്നു..." നന്ദിനി അതും പറഞ്ഞ് അതിനെ തൊടാൻ നോക്കി. കുട്ടികളുടെ സന്തോഷം കണ്ട് അമ്മിണിക്കോഴി അവരോട് പറഞ്ഞു:

"ഇപ്പോൾ തൊടരുത്. കുറച്ച് സമയമേ ആയിട്ടുള്ളൂ വിരിഞ്ഞിട്ട്. എന്റെ ചൂട് കുറേസമയം അതിന് കിട്ടണം. നാളേക്ക് മറ്റുള്ള മുട്ടകളും വിരിയും. അപ്പോഴല്ലേ നിങ്ങളുടെ അമ്മ ഞങ്ങളേ പുറത്തേക്ക് കൊണ്ടുപോകുള്ളൂ. അപ്പോൾ നിങ്ങൾക്ക് എന്റെ മക്കളെ നല്ലോണം കാണാം..."

അത്രയും പറഞ്ഞ് അമ്മിണിക്കോഴി ആ കുഞ്ഞുക്കോഴിയെ തന്റെ ചിറകിനടിയിലേക്ക് നീക്കിവച്ചു. അത് ചിറകിനടിയിലേക്ക് നുഴഞ്ഞു കയറിയിട്ട് പിന്നെ പുറത്തേക്ക് വന്നതേയില്ല. അനുക്കുട്ടനും നന്ദിനിയും പുറത്തേക്ക് വന്നു. അവർ നേരെ അടുക്കളയിലേക്ക് ഓടിച്ചെന്നു. അമ്മ പച്ചക്കറി നുറുക്കുന്ന തിരക്കിലായിരുന്നു.

"അമ്മേ ഞങ്ങള് കുഞ്ഞിക്കോഴിയെ കണ്ടു..." രണ്ടാളും ഒരേ ശബ്ദത്തിൽ പറഞ്ഞു. അമ്മ അവരുടെ സന്തോഷം കണ്ട് ചോദിച്ചു.

"വിരിഞ്ഞോ. നിങ്ങളെന്തിനാ ചായ്പ്പിലേക്ക് പോയത്. അതിനെ ശല്യം ചെയ്യരുതെന്ന് ഞാൻ പറഞ്ഞിട്ടില്ലേ?"

അനുക്കുട്ടൻ അമ്മയുടെ കൈയിൽ തൂങ്ങിയിട്ട് പറഞ്ഞു.

"ഞങ്ങള് വെറുതെ നോക്കിയപ്പോളാ കണ്ടത്. ബാക്കിയൊക്കെ നാളേക്ക് വിരിയുമോ അമ്മേ..."

"ഉം..."

അമ്മ കറി വയ്ക്കേണ്ട തിരക്കിലാണ്. ഹോ... എല്ലാ കുഞ്ഞുങ്ങളും വിരിഞ്ഞാൽ കാണാനെന്തു ചന്തമായിരിക്കും. അവർക്കൊക്കെ ഞങ്ങളെ ഇഷ്ടാവുമോ എന്തോ... രണ്ടുപേരും ഓരോതരം ആലോചനയിൽ മുഴുകി. ഇനി എന്തൊക്കെ ജോലികളുണ്ടാവും. ഞങ്ങൾക്ക് സ്കൂളിൽ പോകുന്നതിനുമുമ്പ് കുഞ്ഞുകോഴികളെ നോക്കണം. പൂമ്പാറ്റക്കുഞ്ഞുങ്ങൾ വിരിഞ്ഞോ എന്നു നോക്കണം. പൂവാലിയുടെ വിശേഷങ്ങൾ തിരക്കണം.

അവൾക്കിപ്പോ ലേശം പരിഭവം കാണും അധിക സമയമൊന്നും അവളുടെ അടുത്ത് ചെന്നിരിക്കാൻ കഴിയുന്നില്ല.

കൂട്ടുകാരോട് ഒരുപാട് കാര്യങ്ങൾ പറയാനുണ്ട്. പക്ഷേ, പൂവാലി പ്രസവിച്ചാലേ അതിനെക്കുറിച്ച് പറയാനാവൂ. പൂമ്പാറ്റകളുടെ കാര്യം ടീച്ചറിനോടും കുട്ടികളോടും പറഞ്ഞപ്പോൾ അവർക്കൊക്കെ അതിശയമായിരുന്നു. പക്ഷികളൊക്കെ മുട്ടയിടുന്നതും അവയൊക്കെ അടവച്ച് കുഞ്ഞുങ്ങളെ വിരിയിക്കുന്നതും ടീച്ചർ ധാരാളം ഉദാഹരണങ്ങൾ പറഞ്ഞു. മാത്രമല്ല, പക്ഷികൾ മുട്ടയിട്ട് വിരിയിക്കാൻ കൂടൊരുക്കുന്ന രീതിയെക്കുറിച്ചും. പറഞ്ഞു തുടങ്ങിയപ്പോൾ സ്വന്തം വീട്ടുമുറ്റത്തെ മാവിൽ കാക്ക കൂടുവച്ച കാര്യം കിഷൻ ചന്ദ് ഉറക്കെ പറഞ്ഞു. മൈനയുടെ മുട്ട കണ്ടത് മാളവികയാണ്. അവളുടെ മാമനാണത്രേ കാണിച്ചുകൊടുത്തത്. എല്ലാവരും ഓരോ കാര്യങ്ങൾ പറഞ്ഞപ്പോൾ എല്ലാവർക്കും ഇഷ്ടമായി ക്ലാസ് മുറി.

ഏഴ്

പിറ്റേന്ന് രാവിലെ അമ്മയുടെ ശബ്ദത്തോടൊപ്പം "കിയോ കിയോ..." എന്നുള്ള കലപില ശബ്ദം കേട്ടാണ് അനുക്കുട്ടൻ ഉണർന്നത്. അവൻ നന്ദിനിയെ കുലുക്കി വിളിച്ചു. അവളും കിയോ... കിയോ എന്ന ബഹളം കേട്ടു. പിന്നെ ചാടിയെണീറ്റ് ചായ്പ്പിലെത്തി. അവിടെ ഒന്നും കണ്ടില്ല. നേരേ പുറത്തേക്കോടി.

മുറ്റത്ത് അമ്മിണിക്കോഴിയും മക്കളും...!!

"അമ്മിണീ"... രണ്ടാളും ഒന്നിച്ചു വിളിച്ചു. അമ്മിണിക്കോഴി തിരിഞ്ഞുനോക്കി. "കൊക്കൊക്കോ..." എന്ന് അവരോട് കുശലം പറഞ്ഞു. അമ്മ കുട്ടികളോട് പറഞ്ഞു.

"നോക്കൂ എട്ടെണ്ണവും വിരിഞ്ഞിട്ടുണ്ട്. നിങ്ങളവിടെ നില്ക്കൂ... ഞാൻ അടുക്കളയിലേക്ക് ചെല്ലട്ടെ..."

രണ്ടു കുട്ടികളും മുറ്റത്തെ പൈപ്പിൻചോട്ടിൽ ചെന്ന് മുഖം കഴുകി. എന്നിട്ട് അമ്മിണിയുടെ അടുത്തേക്ക് ഓടിവന്നു.

"അമ്മിണീ, കുട്ട്യോൾക്ക് സുഖം തന്നെയല്ലേ?..."

"ഓ... സുഖം തന്നെ... എന്റെ കുട്ടികളെ കണ്ടില്ലേ... ഇനി നിങ്ങ ളവർക്ക് പേരിടണം... നല്ല പേരുവേണം എന്റെ കുട്ട്യോൾക്ക്." നന്ദി നിയും അനുക്കുട്ടനും പരസ്പരം നോക്കി.

"ഇടാമല്ലോ അമ്മിണീ... ഇത് കുറുമ്പി, ഇത് പുള്ളിക്കുട്ടൻ,

അത് വെളുമ്പി, അവള് ബ്രൗണി... ഇതിന് മണിക്കുട്ടീന്ന് ഇടാം...”

അനുക്കുട്ടൻ അത്രയും പറഞ്ഞപ്പോൾ നന്ദിനി ഇടയിൽക്കയറിപ്പറഞ്ഞു.

“ബാക്കിയുള്ളോർക്ക് ഞാൻ പേരിടാം... ചെമ്പൻ, മുത്തു, സോണിയാ...”

അനുക്കുട്ടനും അമ്മിണിക്കോഴിയും ചിരിച്ചുപോയി...

“എടിയേ... സോണിയാഗാന്ധീന്ന് ഇടാത്തതു ഭാഗ്യമായി...” നന്ദിനി മുഖം വീർപ്പിച്ചു. “എനിക്ക് ഇഷ്ടമുള്ള പേരല്യേ ഇടാൻ കഴിയാ...”

അവരുടെ ആഹ്ലാദവും വഴക്കും കണ്ടപ്പോൾ അമ്മിണി പറഞ്ഞു.

“ഇങ്ങനെ എപ്പളും പുറത്തിറങ്ങി നടക്കാൻ കഴിയില്ല്യ. പ്രാപ്പിടിയനും, കാക്കയും, പരുന്തും പിന്നാലെ കുറുക്കനും ഞങ്ങളെ നോക്കിവച്ചാ പിന്നെ പറയേണ്ട... അമ്മിണി തന്റെ പേടിയെക്കുറിച്ച് പറഞ്ഞുകൊണ്ടിരിക്കുമ്പോഴൊക്കെ കുഞ്ഞുങ്ങൾ അമ്മയ്ക്കുചുറ്റും ‘കിയോ കിയോ’ എന്ന് ഒച്ചവെച്ചു നടക്കുകയാണ്. അമ്മിണി പോകുന്നിടത്തൊക്കെ അവരും പോകുന്നുണ്ട്. ചിലപ്പോഴൊക്കെ തട്ടിത്തടഞ്ഞ് വീഴുന്നുമുണ്ട്. നോക്കിനില്ക്കുമ്പോ എന്തൊരു രസകരമായ കാര്യമാണ്. എത്ര നല്ല കുഞ്ഞുങ്ങളാണിവ. ഒരമ്മയും എട്ടുമക്കളും.

“നിങ്ങൾ രണ്ടാളും സ്കൂളിലേക്ക് പോകാൻ റെഡിയായിക്കോളൂ. നേരം വൈകുന്നുണ്ട്...” അമ്മ വിളിക്കുകയാണ്.

അനുക്കുട്ടനും നന്ദിനിയും മനസ്സില്ലാമനസ്സോടെ അകത്തേക്ക് നടന്നു. ഇന്നുമുഴുവനും കോഴിക്കുഞ്ഞുങ്ങളേയും കണ്ടുകൊണ്ട് ഇവിടെ ഇരിക്കാമായിരുന്നു. ഈ അമ്മ സമ്മതിക്കില്ലല്ലോ.

“അമ്മേ... അമ്മിണിക്കോഴീം കുട്ട്യോളും മാത്രമല്യേയുള്ളൂ. കാക്കയെങ്ങാനും വന്നാലോ...” അനുക്കുട്ടൻ വിളിച്ചുപറഞ്ഞു.

അമ്മ വരാന്തയിലേക്ക് വന്ന് അവനോട് പറഞ്ഞു. “അവറ്റകളെ ഞാൻ വേഗം കൂട്ടിലാക്കും മോനേ... എനിക്ക് സമയമുള്ളപ്പോഴേ പുറത്തിറക്കുകയുള്ളൂ...”

അവന് സമാധാനമായി. നന്ദിനി അതിനിടയിൽ പൂവാലിപ്പശുവിന്റെ അടുത്തേക്കോടി. അവളുടെ ഓട്ടംകണ്ട് പൂവാലി അമ്പരന്നു. നന്ദിനിയെ ആകമാനം നോക്കിയിട്ട് ചോദിച്ചു.

"എന്തേ നന്ദിനിക്കുട്ടീ... ഇത്ര ഇളക്കം..."

"നീയറിഞ്ഞില്ലേ പൂവാലി..." അമ്മിണിക്കോഴിം മക്കളും മുറ്റത്തിറങ്ങീട്ടുണ്ട്... എട്ടു മക്കളുണ്ട് കേട്ടോ..."

"ശരിയോ... നന്നായി... സന്തോഷംകൊണ്ട് നീ സ്കൂളിലേക്ക് പോണില്യേ?"

നന്ദിനി സങ്കടഭാവത്തിൽ പറഞ്ഞു. "നല്ല കഥയായി..." പോയില്ലെങ്കിൽ അമ്മ തല്ലും. നീ അവരെ ഇടയ്ക്ക് നോക്കിക്കോണേ..."

"ഓ... ശരി... പൂവാലി പറഞ്ഞു. പൂവാലിക്ക് ചിരിവന്നു. സ്കൂളിലേക്ക് പോകാനുള്ള ഒരുക്കത്തിനായി നന്ദിനി ഓടിപ്പോയപ്പോൾ പൂവാലി മുറ്റത്തു മേഞ്ഞുനടക്കുന്ന അമ്മിണിക്കോഴിയേയും മക്കളെയും കാണാൻ എത്തിനോക്കിക്കൊണ്ടിരുന്നു.

എട്ട്

കുറേ ദിവസം ഒന്നിച്ച് കിട്ടിയിരുന്നെങ്കിൽ അമ്മിണിക്കോഴീടെ കുട്ട്യോളെ കൊണ്ടുനടക്കാമായിരുന്നു എന്ന് അനുക്കുട്ടനും നന്ദിനിയും പറയുമായിരുന്നു. അങ്ങനെ ഓണാവധിക്കായി സ്കൂളടച്ചപ്പോൾ രണ്ടാൾക്കും ഒരുപാടുസന്തോഷമായി.

രാവിലെയും വൈകുന്നേരവും കോഴീനേം കുട്ട്യോളേം മേയ്ച്ചു നടത്താനുള്ള ചുമതല അനുക്കുട്ടനും നന്ദിനിക്കും കിട്ടി. അമ്മിണിക്കോഴിക്കൊപ്പം ചിക്കിപ്പെറുക്കി 'കിയോ... കിയോ...'ന്ന് ഒച്ചവച്ച് കുഞ്ഞിക്കോഴികൾ നടക്കുന്നത് കാണാൻ നല്ല ചേലാണ്.

ചെമ്പനും പുള്ളിക്കുട്ടനും എന്നും പരസ്പരം വഴക്കടിക്കും. ഒരു പുഴുവിനെയോ മണ്ണിരയെയോ കിട്ടിക്കഴിഞ്ഞാൽ പിന്നെ അങ്ങോട്ടുമിങ്ങോട്ടും കൊത്തിവലിക്കും. അതുകാണുമ്പോൾ സോണിയയും കറുമ്പിയും പിന്നാലെ കൂടി അതിൽനിന്നും സൂത്രത്തിൽ കുറച്ച് കഷണങ്ങൾ സ്വന്തമാക്കും. ചിതലുകളുള്ളിടത്ത് അമ്മിണിക്കോഴി ചിക്കിച്ചികഞ്ഞ് കുട്ടികളെയെല്ലാം വിളിക്കും. എട്ടുപേരും അപ്പോൾ ബഹളത്തോടെ അമ്മക്കോഴിയുടെ അടുത്തേക്ക് ഓടിച്ചെല്ലും. പിന്നെയൊരു മേളമാണവിടെ.

ഇടയ്ക്ക് നന്ദിനി ഓടിച്ചെന്ന് നന്ത്യാർവട്ടച്ചെടിയുടെ അടു

ത്തെത്തും. ഓരോ ദിവസവും ഓരോ പൂമ്പാറ്റയെ അവിടെ കാണും. അവരുടെ ഓരോ വർത്തമാനങ്ങൾ കേട്ടവിടെയങ്ങനെ നില്ക്കും. എന്തു ഭംഗിയുള്ള പൂമ്പാറ്റകളാണിവിടെ. ഇത്രനല്ല പുള്ളിയുടുപ്പ് തയ്പ്പിച്ചു കൊടുത്തത് ആരാണാവോ... അമ്മയോട് ചോദിച്ചാൽ ഉടനെ പറയും... അതൊക്കെ ദൈവത്തിന്റെ ഓരോര് കാര്യങ്ങളാണെന്ന്. അങ്ങനെയാണെങ്കിൽ മനുഷ്യർക്കെന്താ കുപ്പായങ്ങള് തയ്പ്പിച്ചു കൊടുക്കാത്തത്.

പൂമ്പാറ്റകളെ കണ്ട കാര്യം നന്ദിനി അനുക്കുട്ടനോട് പറഞ്ഞു. അപ്പോൾ വളരെ ഗൗരവത്തിൽ അവൻ അവളെ ഉപദേശിക്കും പോലെ പറയും:

"നോക്ക് നന്ദിനീ... ആ പൂമ്പാറ്റ വിരിഞ്ഞ് പറന്നോട്ടെ. അവർക്ക് തേൻ കുടിക്കാൻ പോകേണ്ടതാണ്. അവരുടെ കാര്യം അവരൊറ്റയ്ക്കാണ് ചെയ്യുക. പക്ഷേ, ഈ കോഴിക്കുഞ്ഞുങ്ങളെ നമ്മള് ശ്രദ്ധയോടെ നോക്കിയില്ലെങ്കില് കാക്കകള് കൊത്തിക്കൊണ്ട് പോകും..." അതു കേട്ടപ്പോൾ നന്ദിനിക്കും ശരിയാണെന്ന് തോന്നി.

നേരം ഉച്ചയോടടുത്തപ്പോൾ അമ്മ അവരോട് വിളിച്ചു പറഞ്ഞു: "അനൂട്ടാ, കോഴികളെ കൂട്ടിലാക്കിക്കോളൂ..."

അവൻ അമ്മിണിക്കോഴിയോട് പറഞ്ഞു:

"അമ്മ പറഞ്ഞത് കേട്ടില്ല്യോ... ഇനി മക്കളേയും കൂട്ടി നമുക്ക് പോകാം..."

അമ്മിണിക്കോഴി മക്കളെ 'കൊക്കക്കോ...' എന്നു വിളിച്ചു കൊണ്ട് മുമ്പേ നടന്നു. ചെമ്പനും സോണിയയും വീണ്ടും വീണ്ടും ചിക്കിപ്പെറുക്കാനുള്ള ശ്രമത്തിലാണ്. ഒരു മരത്തടിയുടെ അടിയിൽ ഒരു മണ്ണിരയെ കണ്ടതും ചെമ്പൻ അങ്ങോട്ടോടി. ഒരല്പം കിട്ടാൻ സോണിയയും കൂടി. അമ്മിണി എത്ര ഒച്ചവച്ചിട്ടും അവർ രണ്ടുപേരും കേൾക്കാതെ മത്സരിച്ചോടുകയാണ്. അനുക്കുട്ടനും നന്ദിനിയും നന്നേ വിഷമിച്ചു. ഇങ്ങനെ പറഞ്ഞാൽ കേൾക്കാത്ത കുട്ട്യോളായാലോ...

"എന്തു ചെയ്യാനാ... വിളിച്ചാൽ വരാത്ത ഇവരെ ഞാനൊരു പാഠം പഠിപ്പിക്കുന്നുണ്ട്..."

അമ്മിണിക്കോഴി അത്രയും പറഞ്ഞു തീരുന്നതിനുമുമ്പ് ഒരു കോലാഹലം കേട്ടു. ചെമ്പന്റെ നിലവിളിയും സോണിയയുടെ പരക്കം പാച്ചിലും. ആകാശത്തിൽനിന്നും മരക്കൂട്ടങ്ങൾക്കിടയിലേക്ക് എന്തോ വന്ന് പതിച്ചതാണെന്നാണ് ആദ്യം കരുതിയത്. പക്ഷേ, അമ്മിണിക്കോഴീം അനുക്കുട്ടനും ഓടി വന്നപ്പോഴേക്കും സോണിയയേയും ചെമ്പനേയും കണ്ടില്ല. അമ്മിണി നിലവിളിച്ചു കൊണ്ട് മുകളിലേക്ക് പറന്നു. പക്ഷേ, അവൾക്ക് അധികം പറക്കാനാകില്ലല്ലോ? അവരുടെ പരക്കം പായലിനിടയിൽ ചപ്പുചവറുകൾക്കിടയിൽ സോണിയ ഒളിച്ചിരിക്കുന്നതു കണ്ടു. അവളുടെ തേങ്ങിക്കരച്ചിൽ കണ്ടപ്പോൾ തള്ളക്കോഴിയും വല്ലാതെ കരഞ്ഞു പോയി.

"ചെമ്പനെ ആരോ റാഞ്ചിക്കൊണ്ടോയി..."

സോണിയ അത്രയും പറഞ്ഞപ്പോഴേക്കും അമ്മിണി ഉറക്കെ നിലവിളിച്ചു. അതുകേട്ട് അമ്മയും ഓടിവന്നു. അമ്മയ്ക്ക് കാര്യം മനസ്സിലായി.

"ശ്രദ്ധിക്കണമെന്ന് പറഞ്ഞില്ലേ ഞാൻ..." അമ്മ പരുന്തിനേയും കാക്കയേയും കുറ്റം പറഞ്ഞുകൊണ്ടിരുന്നു. കോഴിയമ്മയേയും മക്കളേയും കൂട്ടിലാക്കിയശേഷം അവരോട് പറഞ്ഞു: "ഇനി കൂട്ടിൽനിന്നും ഇറങ്ങണ്ട."

ഒൻപത്

അനുക്കുട്ടനും നന്ദിനിയും സങ്കടത്തോടെ കോലായിലിരുന്നു. എത്ര വികൃതി കാണിക്കുന്നവനായാലും നല്ല ചൊറുചൊറുക്കുള്ള കോഴിക്കുഞ്ഞായിരുന്നു. പക്ഷേ, അമ്മിണിക്കോഴി എത്ര പറഞ്ഞാലും അവൻ അനുസരിക്കില്ല. സ്വന്തമായി ചിക്കിപ്പെറുക്കാനാണ് അവന് താല്പര്യം. സോണിയയുംകൂടി മത്സരിക്കാൻ ചെന്നതുകൊണ്ടാണ് തള്ളക്കോഴിയിൽനിന്നും അവൻ അകന്നുപോയത്. എന്നിട്ടിപ്പോൾ പ്രാപ്പിടിയന് ഭക്ഷണമാവുകയും ചെയ്തു.

ഇത്ര ദിവസമായിട്ടും അവന്റെ കരച്ചിൽ മറക്കാൻ അനുക്കുട്ടനും നന്ദിനിക്കുമായില്ല. പ്രാപ്പിടിയന്റെ കൂർത്ത കാലുകൾക്കുള്ളിൽ കുടുങ്ങിപ്പോയ അവനെ ആർക്കാണ് രക്ഷിക്കാൻ കഴിയുക? അനുസരണക്കേടിന് കിട്ടിയ ശിക്ഷ വലുതായിപ്പോയി.

"നന്ദിനിക്കുട്ടീ... വിഷമിക്കാതെ..."

ആരാണ് വിളിച്ച് സമാധാനിപ്പിക്കുന്നത്. നന്ദിനി നോക്കുമ്പോൾ പൂവാലിപ്പശു അവരെത്തന്നെ നോക്കിനിൽക്കാണ്.

നന്ദിനി പൂവാലിയുടെ അടുത്തേക്ക് ചെന്നു. പൂവാലിക്കും സങ്കടമുണ്ട്. അവളുടെ കണ്ണുകളിൽ കണ്ണീരു നിറഞ്ഞിട്ടുണ്ട്.

"സാരമില്ല നന്ദിനീ... കോഴിക്കുഞ്ഞുങ്ങളെ വളർത്തി വലു

താക്കാൻ കുറേ കഷ്ടപ്പാടുണ്ട്. ചെറിയ കുഞ്ഞുങ്ങളാകുമ്പോൾ കാക്കയും പ്രാപ്പിടിയനും... എന്നാൽ വലുതാകുമ്പോൾ കുറുക്കനും മറ്റും. എപ്പോഴും അവരുടെ കാര്യം ഇങ്ങനെയാണ് കുട്ടീ..."

നന്ദിനി ഒന്നും മിണ്ടാതെ നന്ത്യാർവട്ടച്ചെടിയുടെ അടുത്തേക്കുചെന്നു. എല്ലാ പൂമ്പാറ്റകളും പോയിക്കഴിഞ്ഞിരുന്നു. ഇന്നലെ കണ്ട രണ്ട് പൂമ്പാറ്റപ്പുഴുവിനേയും ഇന്ന് കാണുന്നില്ലല്ലോ. ഇനി വല്ല പക്ഷികളും വന്ന് അതിനെ കൊത്തിത്തിന്നിട്ടുണ്ടാകുമോ... അവയൊക്കെ പൂമ്പാറ്റകളായി പറന്നു പോയിട്ടുണ്ടാകുമെന്ന് തന്നെ നന്ദിനി വിശ്വസിച്ചു.

അനുക്കുട്ടനും യാതൊരു ഉത്സാഹവും തോന്നിയില്ല. എന്നാൽ അമ്മ അവരെ വഴക്ക് പറഞ്ഞു. സങ്കടപ്പെടേണ്ട കാര്യമൊന്നുമില്ല. ഇതൊക്കെ എല്ലാ പ്രാവശ്യവും ഉണ്ടാകുന്നതാണെന്നും പറഞ്ഞു. അമ്മയ്ക്ക് അതുകൊണ്ടായിരിക്കാം സങ്കടം ഇല്ലാത്തതുപോലെ. അതുപോലെതന്നെ അമ്മിണിക്കോഴീം ഏഴ് മക്കളും ഒന്നും സംഭവിക്കാത്തതുപോലെ മുറ്റത്ത് ചിക്കിപ്പെറുക്കുന്നുണ്ട്. നന്ദിനി വേഗം അകത്തേക്ക്. 'കൊച്ചു ടി വി' കാണാൻ തുടങ്ങി. അനുക്കുട്ടനും അവളുടെ അടുത്തുചെന്നിരുന്നു. എന്നാൽ അതിലൊന്നും ശ്രദ്ധിക്കാൻ കഴിയാതിരുന്നപ്പോൾ അമ്മയുടെ അടുത്തുചെന്നു. അമ്മ കോഴിക്കുഞ്ഞുങ്ങളേയുംകൊണ്ട് തൊടിയിലൂടെ നടക്കുകയാണ്. അവരെ കണ്ടപ്പോൾ അമ്മ പറഞ്ഞു.

"നിങ്ങളിവിടെ നില്ക്കൂ... ഞാൻ പൂവാലിക്ക് വെള്ളം കൊടുക്കട്ടെ. പ്രസവിക്കാറായ പശുവാണ്. ഇടയ്ക്കിടെ ശ്രദ്ധ വേണം." അനുക്കുട്ടന് അത്ഭുതമായി. ഇനി പൂവാലി പ്രസവിക്കും!!! എപ്പോഴാണാവോ അതുണ്ടാവുക. കുഞ്ഞ്, പൂവാലിയെപ്പോലെ ആയിരിക്കുമോ... നെറ്റിയിൽ വെളുത്ത പൊട്ടും കറുപ്പ് നിറവുമുള്ള പൂവാലിക്ക് ഏഴഴകാണ്. അവൾ പ്രസവിക്കുന്ന കുഞ്ഞും ഞങ്ങളെ കാണുമ്പോൾ കൂട്ടുകാരായാൽ മതിയായിരുന്നു. രണ്ടാളും കൂടി അമ്മിണിക്കോഴിയുടെയും കുഞ്ഞുങ്ങളുടേയും അടുത്തുനിന്ന് മാറാതെ നിന്നു. കൂട്ടിലേക്ക് പോകാൻ അനുക്കു

ട്ടൻ അമ്മിണിയോട് പറഞ്ഞു. അവൾ മക്കളെയും വിളിച്ച് മുമ്പേ നടന്നു. പറമ്പിന്റെ അങ്ങേയറ്റത്തായിരുന്നു അവരപ്പോൾ. കാട്ടിനടുത്തൂടെ നടക്കുമ്പോഴാണത് സംഭവിച്ചത്. ഒരു കുറുക്കൻ അവരുടെ ഇടയിലേക്ക് ചാടിവീണു. അനുക്കുട്ടനും നന്ദിനിയും ഭയന്നോടി. അമ്മിണിയുടെ നേരെയാണ് കുറുക്കൻ ചാടിയതെങ്കിലും അവൾ അലറിവിളിച്ചുകൊണ്ട് പേരമരത്തിലേക്ക് പറന്നു. എന്നാൽ മക്കൾക്കൊന്നും ഉയരത്തിൽ പറക്കാൻ കഴിഞ്ഞില്ല. കുറുക്കൻ ഒരു കുഞ്ഞിക്കോഴിയേയും കടിച്ചെടുത്ത് ഓടിക്കളഞ്ഞു. അനുക്കുട്ടനും നന്ദിനിയും അമ്മയുടെ അടുത്തേക്ക് ഓടിവന്നു. അവരൊക്കെ ഭയന്നു വിറച്ചുപോയിരുന്നു. അമ്മ ഓടിവന്നു കുഞ്ഞുങ്ങളേയും അമ്മിണിക്കോഴിയേയും കൂട്ടിലേക്ക് കൊണ്ടുവന്നാക്കി.

“ഇനി ഇവരെ പുറത്തേക്കിറക്കാൻ പറ്റില്ല... കുറുക്കനും കണ്ണുവച്ചിരിക്കുന്നു...” അമ്മ ആരോടെന്നില്ലാതെ പറഞ്ഞു.

പത്ത്

ഓണാവധി കഴിഞ്ഞ് സ്കൂൾ തുറക്കുന്നതിന്റെ തലേന്നാണ് അമ്മാവൻ വീട്ടിലേക്ക് വന്നത്. ധാരാളം സമ്മാനങ്ങളുമായാണ് അമ്മാവൻ വന്നത്. അനുക്കുട്ടനേയും നന്ദിനിയേയും രണ്ടു കൈകളിലെടുത്ത് അമ്മാവൻ നടന്നു. അവരുടെ സ്കൂൾ വിശേഷങ്ങളൊക്കെ ചോദിച്ചു മനസ്സിലാക്കി. സ്കൂളിലെ വിശേഷങ്ങളേക്കാൾ അവർക്കു പറയാനുണ്ടായിരുന്നത് വീട്ടിലെ വിശേഷങ്ങളാണ്. അമ്മിണിക്കോഴിക്ക് എട്ടുമക്കളുണ്ടായതും, പൂമ്പാറ്റകളുടെ കാര്യവും, പൂവാലി പ്രസവിക്കാൻ പോകുന്ന കാര്യവും കൂടാതെ അമ്മിണിക്കോഴീടെ രണ്ടുമക്കളെ കുറുക്കനും പ്രാപ്പിടിയനും തട്ടിക്കൊണ്ടുപോയകാര്യവും പറഞ്ഞു. എല്ലാം അമ്മാവൻ ശ്രദ്ധിച്ചു കേട്ടു. കുറേ ആലോചിച്ച ശേഷം അദ്ദേഹം പറഞ്ഞു.

"നിങ്ങളുടെ അമ്മിണിക്കോഴിയേം മക്കളേം രക്ഷപ്പെടുത്താനൊരു വഴികണ്ടെത്തണമല്ലോ."

നെറ്റി തടവിക്കൊണ്ട് അമ്മാവൻ പറഞ്ഞു. അതുകേട്ട കുട്ടികളുടെ മുഖം വിടർന്നു. "ശരിയാണമ്മാവാ" എന്ന് രണ്ടാളും ഉറക്കെ പറഞ്ഞു. അതു കേട്ടപ്പോൾ അമ്മാവന് സങ്കടം തോന്നി. പാവം കുട്ടികൾ... അവർക്ക് കോഴിക്കുഞ്ഞുങ്ങളെ എത്ര ഇഷ്ടമാണ്!

“ഒരുകാര്യം ചെയ്യാം. നിങ്ങളുടെ അമ്മയെ വിളിക്ക്...”

അതു കേട്ടതോടെ രണ്ടാളും അടുക്കളയിലേക്കോടി. അമ്മ അമ്മാവനുവേണ്ടി സദ്യയൊരുക്കുന്ന തിരക്കിലായിരുന്നു. എങ്കിലും കുട്ടികൾ വിളിച്ചപ്പോൾ പൂമുഖത്തേക്ക് വന്നു. അമ്മാവൻ അമ്മയോട് ഒരു നിർദേശം വച്ചു:

“നമുക്കൊരു നായയെ വളർത്തിയാലോ...”

“നായയോ...” അമ്മ അമ്പരന്നു.

“അനുക്കുട്ടന്റെയും നന്ദിനിയുടെയും വിഷമം തീർക്കേണ്ടേ. നമുക്ക് കോഴിക്കുഞ്ഞുങ്ങളെ കുറുക്കനും മറ്റും ഉപദ്രവിക്കാതിരിക്കുകയും വേണം. അപ്പോൾ കാവലിന് ഒരു നായയെ വളർത്തുന്നതല്ലേ നല്ലത്...”

നന്ദിനിയും അനുക്കുട്ടനും കൈയടിച്ചു. ഹായ്! ഒരു നായക്കുട്ടി വന്നാൽ എന്തു രസമായിരിക്കും. അവർ അമ്മയെ നോക്കി. അമ്മ എന്തോ ആലോചിച്ചു നില്ക്കുകയാണ്.

“ടൈഗർ എന്നു പേരിടാം.” അനുക്കുട്ടൻ ഉറക്കെ വിളിച്ചുപറഞ്ഞു.

“ഓ, നായ വന്നിട്ടുകൂടിയില്ല... പക്ഷേ, പേരിടലും കഴിഞ്ഞു.”

അമ്മയാണത് പറഞ്ഞത്. അനുക്കുട്ടൻ നാണിച്ചുപോയി. നന്ദിനിക്ക് പക്ഷേ ഒരു പേരുപോലും മനസ്സിൽ വന്നില്ല. നായയെ ലേശം പേടിയാണവൾക്ക്. എന്നാലും സാരല്യ. അമ്മിണിക്കോഴിയെയും മക്കളെയും രക്ഷിക്കാനല്ലേ... അവൾക്ക് വിഷമമൊക്കെ മാറി. ഈ അമ്മാവൻ വന്നതെത്ര നന്നായി. അല്ലെങ്കിൽ അമ്മിണിക്കോഴിക്ക് ഒറ്റ മക്കളേയും രക്ഷിക്കാനാവുമോ...

“അപ്പോള് നീയെവിടുന്നാ നായയെ കൊണ്ടുവരിക...?” അമ്മ അമ്മാവനോട് ചോദിച്ചു.

“നല്ലയിനം നായ എന്റെ കൂട്ടുകാരന്റെ വീട്ടിലുണ്ട്. അഞ്ചു മാസം പ്രായം കാണും... സാരല്യ... ഇവിടെ മെരുങ്ങിക്കോളും.”

അമ്മയ്ക്കും അത് ശരിയായ തീരുമാനംപോലെ തോന്നി. എത്രയും പെട്ടെന്ന് ടൈഗറിനെ കൊണ്ടുവരാൻ അമ്മാവന് തോന്നണേ എന്നാണ് അനുക്കുട്ടനും നന്ദിനിയും പ്രാർത്ഥിച്ചത്.

എന്നാൽ നായയ്ക്ക് ഒരു കൂട് പണിയേണ്ട കാര്യവും മറ്റുമാണ് അമ്മയും അമ്മാവനും കുറേനേരം സംസാരിച്ചത്.

അമ്മയും അമ്മാവനും അനുക്കുട്ടനും നന്ദിനിയും എല്ലാം ഒരുമിച്ചിരുന്നു ഭക്ഷണം കഴിച്ചു. അമ്മാവനു വേണ്ടി അമ്മ നല്ല ഒന്നാന്തരം അടപ്രഥമനും തയ്യാറാക്കിയിരുന്നു. നന്ദിനിക്ക് പായസം ഏറെ ഇഷ്ടപ്പെട്ടു. ഓണം കഴിഞ്ഞെങ്കിലും വീണ്ടും ഓണസദ്യ കിട്ടിയതുപോലെയായി എന്ന് അമ്മാവൻ അഭിപ്രായം പറഞ്ഞു. അതുകേട്ട് അമ്മ കുലുങ്ങിച്ചിരിച്ചു.

ഈ അമ്മാവൻ എപ്പോഴും തമാശ പറഞ്ഞുകൊണ്ടിരിക്കും. എപ്പോഴും ഓടിച്ചാടി നടക്കുന്ന പ്രകൃതമാണ്. അമ്മയാണെങ്കിൽ അധികം സംസാരിക്കില്ല. പക്ഷേ, ഓരോരോ പണികൾ ചെയ്തു കൊണ്ടിരിക്കും.

പതിനൊന്ന്

അമ്മാവന്റെ കാറ് മുറ്റത്തു വന്നു നിന്നപ്പോഴാണ് അനുക്കുട്ടനും നന്ദിനിയും അകത്തുനിന്ന് ഓടിവന്നത്. ആകാംക്ഷയോടെ അവർ വരാന്തയിൽനിന്നും മുറ്റത്തേക്കിറങ്ങി. അമ്മാവൻ ഡോർ തുറന്നു പുറത്തിറങ്ങി. കൈയിൽ ഒരു പട്ടിക്കുഞ്ഞ്!

നന്ദിനിയും അനുക്കുട്ടനും കണ്ണുമിഴിച്ച് നില്ക്കുകയാണ്. ദാ, ടൈഗർ എത്തിയിരിക്കുന്നു. എന്തൊരു ഭംഗിയുള്ള പട്ടിക്കുഞ്ഞ്. അവൻ ആരെയും നോക്കുന്നില്ല. വലിയ ഗമയിൽ നാലുപാടും ശ്രദ്ധിക്കുകയാണ്. അമ്മാവൻ അതിനേയുംകൊണ്ട് അകത്തേക്ക് നടന്നു. പിന്നാലെ കുട്ടികളും. അമ്മയും അവിടേക്ക് വന്നു. "നീയിവനെ കൊണ്ടുവന്നൂല്ലേ..." അമ്മ സന്തോഷത്തോടെ ചോദിച്ചു.

"ഞാൻ വാക്ക് പറഞ്ഞതല്ലേ. ഇനി നിന്റെ കോഴികൾക്ക് സമാധാനത്തോടെ ജീവിക്കാമല്ലോ."

അമ്മയും അമ്മാവനും സംസാരിച്ചു നില്ക്കുമ്പോൾ ടൈഗർ പതുക്കെ നിലത്തേക്ക് ഊർന്നിറങ്ങി. എന്നിട്ട് എല്ലായിടത്തും മണപ്പിച്ച് നടന്നു. പുതിയ സ്ഥലത്തെ പരിചയപ്പെടുകയായിരിക്കും. ഓ... എന്തൊരു ഗമ... നന്ദിനി വിചാരിച്ചു. അനുക്കുട്ടനും അതുതന്നെ ചിന്തിക്കുകയായിരുന്നു. ടൈഗറിന്റെ ഓരോ ചലനങ്ങൾക്കും പിറകേയുണ്ടായിരുന്നു രണ്ടുപേരും. കുറേനേരം

കഴിഞ്ഞ് ടൈഗർ മേശയ്ക്കടിയിൽ ചെന്നുകിടന്നു. ആരെയും നോക്കാതെ സ്ഥലം ഇഷ്ടപ്പെടാത്തതിന്റെ ദേഷ്യം പോലെ അവൻ കിടക്കുകയാണ്. അവന്റെ സ്വഭാവത്തെപ്പറ്റിയും അവന് കൊടുക്കേണ്ട ഭക്ഷണത്തെപ്പറ്റിയും അമ്മയോട് പറയുകയാണ് അമ്മാവൻ.

നന്ദിനി നിരാശയോടെ അനുക്കുട്ടനോട് പറഞ്ഞു.

"ടൈഗറിന് നമ്മളെ ഒട്ടും ഇഷ്ടായില്യാന്ന് തോന്നുന്നു. പാവം കെടപ്പ് കണ്ടില്യേ."

അനുക്കുട്ടൻ ടൈഗറിന്റെ ശ്രദ്ധയാകർഷിക്കാൻ ചില ശബ്ദങ്ങൾ ഉണ്ടാക്കിക്കൊണ്ടിരുന്നു. അവന് മുഖം കൊടുക്കാതെ ടൈഗർ ചെവി മാത്രം ചലിപ്പിച്ചുകൊണ്ടിരുന്നു.

അമ്മ കുറച്ച് പാലുമായി വന്നു. ആദ്യം അവൻ തിരിഞ്ഞു നോക്കിയില്ല. അമ്മാവൻ പാത്രമെടുത്ത് അവന്റെ മുന്നിൽ വച്ച് അവന്റെ തലയും പുറവും തടവിക്കൊടുത്തു. "ഉം. കുടിക്ക്. ദേ നോക്കിയേ, നിനക്കിവിടെ രണ്ടു കൂട്ടുകാരുണ്ട്. നന്ദിനിയും അനൂട്ടനും. അവരുടെകൂടെ കളിച്ചോളൂ. നിന്നെ അവർക്ക് എന്തിഷ്ടമാണെന്നോ..."

അമ്മാവൻ ടൈഗറിനെ അനുനയിപ്പിക്കാൻ ശ്രമിച്ചുകൊണ്ടിരുന്നു. അനുക്കുട്ടൻ അവന്റെയരികിൽ മുട്ടുകുത്തിയിരുന്ന് ഒരു ബിസ്കറ്റ് അവന്റെ മുന്നിൽവച്ചുകൊടുത്തു.

"ടൈഗർ... വേഗം തിന്നോളൂ..."

അനുക്കുട്ടൻ അതിനോട് പറഞ്ഞു. അതുകേട്ട അവൻ അനുക്കുട്ടനെ മുഖമുയർത്തി നോക്കി. പേരിട്ടു വിളിച്ചവനെ ആകമാനമൊന്നു നോക്കിയശേഷം പതുക്കെ ബിസ്കറ്റ് മണത്തുനോക്കുകയും കടിച്ചെടുക്കുകയും ചെയ്തു.

"കൂട്ടുകാരായേ... ഞങ്ങൾ കൂട്ടുകാരായേ..." നന്ദിനി വിളിച്ചുകൂവി. അവൾ കൈകൊട്ടി. ഇവളാരപ്പാ എന്നൊരു നോട്ടം ടൈഗർ അവളെ നോക്കി. എല്ലാവർക്കും സന്തോഷമായി. "മെരുക്കമുള്ള ഇനമാണെന്ന് തോന്നുന്നു." അമ്മ അമ്മാവനോട് പറയുന്നത് കേട്ടു. അമ്മാവൻ ഇറങ്ങിയപ്പോൾ ടൈഗർ പിന്നാലെ ചെന്നു.

"വേണ്ട... വേണ്ട. ഇവിടെ നിന്നോളൂ. ഇതാ ഇനി നിന്റെ വീട്..."

അമ്മാവൻ കാറിന്റെ വാതിലടച്ചപ്പോൾ ടൈഗർ അകത്തേക്ക് പോയി മേശച്ചുവട്ടിൽ കിടന്നു. എന്താണിവൻ ഒച്ചയൊന്നും ഉണ്ടാക്കാത്തത്! അനുക്കുട്ടൻ ടൈഗറിനെ നോക്കിക്കൊണ്ട് ചിന്തിച്ചു. പുതിയ വീട്ടിലായതുകൊണ്ടായിരിക്കാം. “ടൈഗർ വരൂ... കളിക്കാം.”

അനുക്കുട്ടൻ വിളിച്ചപ്പോൾ അവൻ വാലാട്ടുകയും ചെവി ചലിപ്പിച്ച് അസ്പഷ്ടമായി എന്തോ ശബ്ദമുണ്ടാക്കുകയും ചെയ്തു. അതുകണ്ടപ്പോൾ അനുക്കുട്ടനും നന്ദിനിയും പരസ്പരം നോക്കിച്ചിരിച്ചു. ഇണങ്ങാനുള്ള ഭാവത്തിലാണ്. പതുക്കെ ശരിയായിക്കോളും.

പന്ത്രണ്ട്

കോഴികളെ മേയ്ച്ചു നടക്കുകയാണ് അനുക്കുട്ടനും നന്ദിനിയും. അമ്മിണിക്കോഴി കുട്ടികളോട് ചോദിച്ചു:

"പുതിയ അതിഥി എങ്ങനെയുണ്ട്? മിണ്ടാറുണ്ടോ?"

അനുക്കുട്ടൻ ചിരിച്ചു. എന്താണ് പറയേണ്ടതെന്നറിയില്ല. എങ്കിലും പറഞ്ഞു:

"അൽപ്പം ഗമയാ. എന്നാലും നല്ല കൂട്ടുകാരനാണെന്നു തോന്നുന്നു."

"എന്നിട്ടെവിടെ വിരുന്നുകാരനെ ഇത്രനേരായിട്ടും പുറത്ത് കണ്ടില്ലല്ലോ?"

"അമ്മിണീ അവൻ ഇന്നലെ വന്നിട്ടല്ലേയുള്ളൂ... സ്ഥലോക്കെ പരിചയപ്പെടേണ്ടേ..."

അവരങ്ങനെ സംസാരിച്ചുകൊണ്ട് നടക്കുമ്പോഴാണ് ഇടവഴിയിൽനിന്നും മത്സ്യക്കാരൻ വറീത് കൂക്കിവിളിക്കുന്നത്. അമ്മ എല്ലാദിവസവും മീൻ വാങ്ങാറുള്ളതാണ്.

വറീത് പടിക്കലേക്ക് വന്നതും ടൈഗർ അകത്തുനിന്നും ചാടി അവനരികിലെത്തി. വറീത് പേടിച്ചുപോയി.

"അയ്യോ... ഏതാണപ്പാ... ഈ നായ... കടിക്ക്വോ?"

പരിഭ്രമത്തോടെ അയാൾ വിളിച്ചുചോദിക്കുന്നുണ്ട്. അമ്മ അടുക്കളയിൽനിന്നും ഓടിവന്ന് ടൈഗറിനോട് മാറി നിൽക്കാൻ പറഞ്ഞു. എന്നാൽ അവൻ വറീതിനു ചുറ്റും മണ്ടിപ്പാഞ്ഞു. അയാൾ ഒരു മത്സ്യമെടുത്ത് ടൈഗറിന്റെ മുന്നിലേക്കിട്ടു. അവൻ അതുംകൊണ്ട് വേഗം മുറ്റത്തേക്ക് ഓടിപ്പോയി.

"ഓ... മത്സ്യവും ഇറച്ചീം വേണ്ടുന്ന ആളുതന്നെ." അമ്മ ടൈഗറിന്റെ പ്രവൃത്തികൾ കണ്ട് മൂക്കത്ത് വിരൽവച്ചുകൊണ്ട് പിറുപിറുത്തു.

"പുതിയ കക്ഷിയാണോ...?"

വറീത് അമ്മയോട് തിരക്കി.

"ങാ... ഇന്നലെ കൊണ്ടുവന്നതാ... നല്ല ഇനമാന്നാ പറഞ്ഞത്... ആങ്ങളക്കുട്ടി കൊണ്ടുവന്നതാ..."

വറീത് തിരിച്ചുപോയപ്പോൾ ടൈഗർ വീണ്ടും മണ്ടിനടക്കാൻ തുടങ്ങി.

കോഴികളെയും കൊണ്ട് അപ്പോഴും നടക്കുകയായിരുന്നു കുട്ടികൾ.

“ടൈഗർ ഇങ്ങുവരൂ...”

അനൂട്ടൻ സ്നേഹത്തോടെ വിളിച്ചു. ആദ്യമൊന്ന് പതുങ്ങി നിന്നെങ്കിലും പതുക്കെ അവൻ അവരുടെ അടുത്തേക്ക് ചെന്നു. കോഴിയമ്മ ചിക്കിപ്പെറുക്കുന്നത് നിർത്തിയിട്ട് ടൈഗറിനെ അടിമുടി നോക്കി.

“ടൈഗറേ... ഇതാണ് കോഴിയമ്മയും കുട്ട്യോളും. ഇവരെയൊക്കെ നോക്കാനും കൂട്ടുകാരാക്കാനുമാ നിന്നെ ഞങ്ങള് കൊണ്ടുവന്നത്.” നന്ദിനി ടൈഗറിന്റെ അടുത്ത് ചെന്നാണ് പതുക്കെ പറഞ്ഞത്. അവനപ്പോൾ കോഴിക്കുഞ്ഞുങ്ങളുടെ വികൃതി കണ്ട് രസിക്കുകയായിരുന്നു.

“ടൈഗർ...!” കോഴിയമ്മ അവനെ വിളിച്ചു. അതുകേട്ട് ടൈഗർ തലചെരിച്ച് കോഴിയമ്മയേയും നോക്കി.

“എന്താ...?”

“ഞങ്ങളുടെ ഗ്രൂപ്പിൽ ചേരില്ലേ നീയ്യ്?” ടൈഗർ പതുക്കെ അനൂട്ടന്റെയും നന്ദിനിയുടെയും അടുത്തുചെന്ന് അവരെ മുട്ടിയുരുമ്മിനിന്നു.

അപ്പോഴാണ് കുറ്റിക്കാട്ടിൽനിന്നും ഒരനക്കം കേട്ടത്. ടൈഗർ ചെവി വട്ടം പിടിച്ച് അങ്ങോട്ടുതന്നെ നോക്കിനിന്നു. കോഴിയമ്മയ്ക്ക് കാര്യം മനസ്സിലായി. അവൾ കുട്ടികൾക്ക് ജാഗ്രത പാലിക്കാൻ നിർദ്ദേശം നല്കി. പെട്ടെന്നാണ് ടൈഗർ കുറ്റിക്കാട്ടിലേക്ക് ഓടിക്കയറിയത്. അവിടെ ഒരു കുറുക്കനുമായി വമ്പിച്ച ലഹള തന്നെ നടന്നു.

“കോഴിയമ്മേ വേഗം രക്ഷപ്പെട്ടോ...” അവൻ വിളിച്ചു പറഞ്ഞു. കോഴിയമ്മ മക്കളെയും കൊണ്ട് വേഗം മുറ്റത്തേക്ക് ഓടിപ്പോയി. ടൈഗർ കുറുക്കനെ ഓടിച്ച് കുന്നിൻ ചെരുവിനപ്പുറത്തേക്ക്

വിട്ടു. തിരിച്ചുവരുന്നതുവരെ അനുക്കുട്ടനും നന്ദിനിയും അവിടെ ത്തന്നെ നില്പ്പുണ്ടായിരുന്നു.

"വളരെ നന്ദി ടൈഗർ... ഇനി മേലിൽ അവൻ വരില്ല അല്ലേ?" അനുക്കുട്ടൻ ടൈഗറിനെ ചേർത്തുപിടിച്ചു. അവൻ കിതച്ചുകൊണ്ടു പറഞ്ഞു:

"ഞാനിവിടെയുള്ളപ്പോൾ നിങ്ങളാരേയും പേടിക്കണ്ട..." അതും പറഞ്ഞവൻ മുറ്റത്തേക്കോടിപ്പോയി. അവന്റെ പ്രകടനം കണ്ട് കുട്ടികൾ അതിശയിച്ചുപോയി. മനുഷ്യനില്ലാത്ത ധൈര്യ മാണ് അവൻ കാട്ടിയത്. അവർക്ക് ടൈഗറിനോട് വളരെ ഇഷ്ടം തോന്നി.

പതിമൂന്ന്

പൂവാലി പ്രസവിച്ചത് അനൂട്ടനും നന്ദിനിയുമറിയുന്നത് രാവിലെ എണീറ്റപ്പോഴാണ്. അമ്മയെ അടുക്കളയിലും മുറ്റത്തും കാണാതായപ്പോഴാണ് ഉറക്കെ വിളിച്ചുനോക്കിയത്.

"ഞാനിവിടെയുണ്ട്. ബഹളം വയ്ക്കേണ്ട..."

പൂവാലിയുടെ ആലയിൽനിന്നും അമ്മയുടെ ശബ്ദം കേട്ടു. രണ്ടാളും ഓടിച്ചെന്നപ്പോൾ കണ്ടത് ഒരു സുന്ദരിപ്പശുക്കുട്ടി! കാവി നിറത്തിൽ, നെറ്റിയിൽ ഒരു പൊട്ടും. രണ്ടാളും അതിശയത്തോടെ നോക്കിനിന്നു. കിടാവ് എഴുന്നേല്ക്കാൻ ശ്രമിക്കുന്നുണ്ട്. ഇടയ്ക്ക് വീണുപോകുന്നു.

"പൂവാലിക്കിടാവേ..."

അനുക്കുട്ടൻ വിളിച്ചു. കിടാവ് തന്റെ കുഞ്ഞുകണ്ണുകൾ വിടർത്തി അവരെ നോക്കി. എന്നിട്ട് എഴുന്നേൽക്കാൻ ശ്രമിച്ചു കൊണ്ടിരുന്നു. ഒരരികിൽ പൂവാലി കിടക്കുന്നു. അവൾ കണ്ണടച്ച് കിടക്കുകയാണ്.

"പൂവാലിയിപ്പോൾ കിടക്കട്ടെ, നിങ്ങള് പോയി കോഴിയെ പുറത്തിറക്കൂ. ടൈഗറിനേയും വിളിച്ചോളൂട്ടോ..." അമ്മയുടെ നിർദ്ദേശം

കേട്ടപ്പോള്‍ രണ്ടാളും ടൈഗറിന്റെ അടുത്തേക്ക് ചെന്നു. പശുക്കിടാവ് ജനിച്ചയുടനെ എത്ര വലുപ്പമാണ്. മനുഷ്യരെപ്പോലെ കെടന്ന് കരയുന്നൊന്നുമില്ല. എഴുന്നേറ്റ് ഓടാനുള്ള ശ്രമത്തിലാണവള്‍.

അമ്മാവന്റെ കുഞ്ഞിനെ കാണാന്‍ കഴിഞ്ഞാഴ്ച എല്ലാവരും കൂടി ആശുപത്രിയില്‍ ചെന്നിരുന്നു. ആ കുഞ്ഞ് അമ്മയുടെ അടുത്ത് കൈയും കാലും ചലിപ്പിച്ച് പതിയെ കരയുന്നുണ്ടായിരുന്നു. അതാരേയും നോക്കുകയോ ചിരിക്കുകയോ ചെയ്തില്ല. തങ്ങളും അങ്ങനെയൊക്കെത്തന്നെയായിരുന്നു എന്ന് അമ്മ പറയുകയും ചെയ്തു. സാവധാനമേ നടക്കാനാകൂള്ളൂ. അതിനിടയില്‍ എന്തൊക്കെ ചെയ്യാനുണ്ട്. അമ്മയും അമ്മായിയും അവര്‍ക്ക് കാര്യങ്ങള്‍ വിശദമായി പറഞ്ഞുകൊടുത്തു. അപ്പോഴാണ് മനു

ഷ്യക്കുഞ്ഞുങ്ങളെ എത്ര കഷ്ടപ്പെട്ടാണ് അമ്മമാർ വളർത്തി വലുതാക്കുന്നതെന്ന് അനുക്കുട്ടനും നന്ദിനിക്കും മനസ്സിലായത്.

പൂവാലി പ്രസവിച്ചതോടെ അമ്മയ്ക്ക് പിടിപ്പത് പണിയായി. ഒറ്റയ്ക്കു ചെയ്തു തീർക്കാനാവാത്ത ജോലികളാണവ. അമ്മ പുലർച്ചെതന്നെ എഴുന്നേറ്റ് പൂവാലിയുടെ കാര്യങ്ങള് നോക്കണം, അവളെ കറക്കണം, കോഴിയമ്മയുടെയും മക്കളുടെയും കാര്യം നോക്കണം... പിന്നെ ടൈഗർ... അവന് മീനും ഇറച്ചിയുമൊക്കെ ഉണ്ടെങ്കിലേ ഭക്ഷണം കഴിക്കാനാവൂ...

"...ഇവനെക്കൊണ്ടാ വല്യ കഷ്ടം. ഇങ്ങനെയൊരു മീൻ കൊതിയൻ..." അമ്മ അവന് ഭക്ഷണം കൊടുക്കുമ്പോൾ ശകാരിക്കും. പക്ഷേ, അവന്റെ തലയിൽ തലോടിക്കൊണ്ട് പറയും:

"സാരല്യ. നീയെന്റെ കോഴികളേം പശുക്കളേം നോക്കുന്നുണ്ടല്ലോ. എനിക്കതുകൊണ്ട് നല്ല ധൈര്യമാണ്."

അമ്മ തനിയെ പറയുന്നത് ടൈഗറിന് മനസ്സിലാവുന്നില്ലെന്നാണ് അമ്മയുടെ വിചാരം. പക്ഷേ, ടൈഗറിന് എല്ലാം മനസ്സിലാവുന്നുണ്ട്. അവൻ വാലാട്ടുന്നത് കാണുമ്പോളറിയാം അവന് എല്ലാം അറിയാമെന്ന്. അനുക്കുട്ടനും നന്ദിനിയും പൂവാലിയും പറയുന്നതെല്ലാം ടൈഗറിന് അറിയാം. പക്ഷേ, അവൻ ആരോടും അധികം സംസാരിക്കാൻ ഇഷ്ടപ്പെട്ടില്ല. എല്ലാവരുടെയും നേതാവായി മാറാൻ കുറച്ച് ദിവസങ്ങളേ വേണ്ടിവന്നുള്ളൂ.

ആര് വീട്ടിലേക്ക് വന്നാലും അവൻ കുരച്ച് ബഹളം വയ്ക്കും. അനുക്കുട്ടന്റെ അമ്മ വന്ന് പറഞ്ഞാലേ അവൻ കുര അവസാനിപ്പിക്കുകയുള്ളൂ.

കുറുക്കനും പരുന്തും പ്രാപ്പിടിയനും ഒന്നും ആ പറമ്പിലേക്ക് എത്തിനോക്കാൻ ടൈഗർ സമ്മതിച്ചില്ല. എപ്പോഴും വീടിനുചുറ്റും അവൻ കറങ്ങിക്കൊണ്ടിരിക്കും. വിശക്കുമ്പോൾ നേരെ അടുക്കളഭാഗത്തേക്ക് ചെന്ന് ഒച്ചവയ്ക്കും. അമ്മ അവനുള്ള ഭക്ഷണം

വേറെതന്നെ തയ്യാറാക്കി വച്ചിരിക്കും. അവനിഷ്ടമുള്ളതൊക്കെ കൊടുക്കാൻ അമ്മയ്ക്കും താല്പര്യമായിരുന്നു. വീട്ടിൽ ആകെ ഒരു ഉഷാറു വന്നിരിക്കുന്നു. എല്ലാവരെയും സംരക്ഷിക്കാൻ വലിയൊരാള് വന്നതുപോലെയാണ് അമ്മയ്ക്ക് പലപ്പോഴും തോന്നിയത്.

പതിനാല്

അച്ഛൻ അവധിക്ക് വരുന്നൂന്ന് അറിഞ്ഞ് അനുക്കുട്ടനും നന്ദി നിക്കും സന്തോഷമായി. ഇനിയെന്തു രസായിരിക്കും. എന്തൊക്കെ കളിപ്പാട്ടങ്ങളാണ് അച്ഛനോട് കൊണ്ടുവരാൻ പറയേണ്ടത്. എപ്പോഴാണ് വരികയെന്നുമാത്രം അമ്മ പറഞ്ഞില്ല. അതൊക്കെ വന്നിട്ട് കണ്ടാൽ മതിയെന്നാണ് അമ്മ പറയുന്നത്. ഈ അമ്മയുടെ ഒരു കുശുമ്പ്. ശരിക്കും വരുന്നതെപ്പോഴാണെന്ന് പറഞ്ഞാലെന്താ ഈയമ്മയ്ക്ക്?

സ്കൂളിലേക്ക് ഇറങ്ങുമ്പോഴൊക്കെ അവർ ആഗ്രഹിക്കും ഞങ്ങൾ വീട്ടിലുള്ളപ്പോഴേ അച്ഛൻ വരാൻ പാടുള്ളൂ. കാരണം അച്ഛൻ വരുമ്പോഴുള്ള സന്തോഷം നേരിട്ട് കാണാനാണ്. ഒരു വർഷമായി അച്ഛനെ കണ്ടിട്ട്. ഫോൺ വിളിക്കുമ്പോഴാണ് അച്ഛൻ അടുത്തില്ലാത്തതിന്റെ വിഷമം തോന്നുക. ഒരു പട്ടാളക്കാരന് അങ്ങനെ ഇടയ്ക്കിടെ ഓടിവരാനാവില്ലെന്ന് അച്ഛൻ അവരോടു തന്നെ പറഞ്ഞിട്ടുണ്ട്. എന്നാലും...

ഒരു വൈകുന്നേരം സ്കൂൾബസ്സ് പടിക്കൽ വന്നു നിന്നപ്പോഴുണ്ട് ടൈഗർ കാത്തുനിൽക്കുന്നു. അവനെന്തൊക്കെയോ പറയാൻ ശ്രമിക്കുന്നുണ്ട്. വാലാട്ടുകയും ശരീരം ഉമ്മവയ്ക്കുകയും ചെയ്തു.

എന്നിട്ട് മുന്നോട്ടോടി തിരിഞ്ഞ് വേഗം വരാൻ അവരെ പ്രോത്സാഹിപ്പിച്ചു. ദൈവമേ അമ്മിണിക്കോഴിയുടെ കുട്ടികളെയെങ്ങാനും കുറുക്കനോ കീരിയോ പിടിച്ചോ... അതോ പൂവാലിക്കും കിടാവിനും എന്തെങ്കിലും പറ്റിയോ... അനുക്കുട്ടനും നന്ദിനിക്കും ആകപ്പാടെ വെപ്രാളമായി. അകത്തേക്കോടിക്കയറുമ്പോൾ അമ്മയുടെ ചിരിയാണ് ആദ്യം കേട്ടത്.

“അച്ഛൻ...!”

രണ്ടാളും ഉറക്കെ പറഞ്ഞു. അച്ഛൻ വേഗം വന്ന് അവരെ രണ്ടാളെയും വാരിയെടുത്ത് ഉമ്മവച്ച് മടിയിലിരുത്തി. തലയിൽ തലോടുകയും വീണ്ടും വീണ്ടും ഉമ്മവയ്ക്കുകയും ചെയ്തു. രണ്ടാളും സന്തോഷംകൊണ്ട് ചിരിച്ചു കുഴഞ്ഞു. ടൈഗർ ഇതെല്ലാം കണ്ട് കണ്ണുമിഴിച്ചിരിക്കുകയാണ്. പാവം അവനും അച്ഛനും അമ്മയുമുണ്ടാവില്ലേ... നന്ദിനിക്ക് അവനോട് പാവം തോന്നി. അവരെ കാണാൻ അവനും കൊതി തോന്നുന്നുണ്ടാകില്ലേ...

“അച്ഛാ... ദേ... നമ്മുടെ ടൈഗർ...” അവൾ അച്ഛന് ടൈഗറിനെ പരിചയപ്പെടുത്തി. അച്ഛൻ അവളുടെ കൈപിടിച്ചുകൊണ്ട് പറഞ്ഞു:

“ഞാൻ വന്നപ്പോഴേ പരിചയപ്പെട്ടു. എന്നെ കണ്ടപ്പോൾ വലിയ ശബ്ദത്തിലല്ലേ അവൻ കുരച്ചത്...”

അച്ഛൻ ടൈഗറിന്റെ തലയിൽ തടവിക്കൊടുത്തു. അവൻ അനുസരണയുള്ള കുട്ടിയായി ഒതുങ്ങി നിന്നു. അമ്മ കാപ്പിയും പലഹാരങ്ങളും ഒരുക്കിയിട്ടുണ്ട്. അതും കഴിച്ച് അവർ അമ്മിണിക്കോഴിയെ അന്വേഷിച്ച് നടന്നു. അവൾ തെങ്ങിൻതടത്തിൽ ചിക്കിച്ചികഞ്ഞ് നിൽക്കുകയാണ്.

“ഓ... വന്നല്ലോ ചക്കീം ചങ്കരനും. രണ്ടാൾക്കും അച്ഛൻ വന്നതിന്റെ സന്തോഷായിരിക്കും.”

അമ്മിണിയുടെ പ്രയോഗം രണ്ടാൾക്കും ഇഷ്ടായി. അതിനിടയിൽ സോണിയ പുള്ളിക്കുട്ടനുമായി തല്ലുകൂടുന്നുണ്ട്. സോണിയ എന്നും വഴക്കാളിതന്നെ.

"അച്ഛൻ വന്നത് ആദ്യമാരാ അമ്മിണീ കണ്ടത്...?" അനുക്കുട്ടൻ ചോദിച്ചു.

"അതു പിന്നെ ടൈഗർ തന്നെ. അവന്റെ കുര കേട്ടാണ് ഞാൻ കാര്യമറിയുന്നത്." ടൈഗറിന്റെ ഗമയുടെ കാരണം അവർക്കു മനസ്സിലായി. രണ്ടാളും പൂവാലിയുടെ അടുത്തേക്കും ചെന്നു. അച്ഛൻ എന്തൊക്കെ കൊണ്ടുവന്നെന്നാണ് പൂവാലിക്കറിയേണ്ടത്. അവളുടെ കിടാവ് പച്ചപ്പുല്ല് തിന്നാനുള്ള ശ്രമത്തിലാണ്. ഇടയ്ക്കിടെ തള്ളയുടെ പാല് കുടിക്കാനും ശ്രമിക്കുകയാണ്. അച്ഛൻ കൊണ്ടുവന്ന കളിപ്പാട്ടങ്ങൾ കാണാൻ അവർ വേഗം അകത്തേക്ക് ചെന്നു. അച്ഛൻ ബാഗിൽനിന്നും ഓരോ കളിപ്പാട്ടം രണ്ടാൾക്കും കൊടുത്തു. ഇതൊക്കെ നോക്കി നിന്ന ടൈഗറിന് അച്ഛൻ ഒരു ബോളെറിഞ്ഞുകൊടുത്തു.

"ഒരാളുംകൂടി ഇവിടെയുള്ള കാര്യം മറക്കാതെ ഞാൻ ശ്രദ്ധിക്കാം..."

പന്തിന്റെ പിന്നാലെ ടൈഗർ പാഞ്ഞുചെല്ലുകയും തട്ടിക്കളിക്കുകയും ചെയ്തു. അതുകണ്ടപ്പോൾ അനൂട്ടനും നന്ദിനിയും അവന്റെഒപ്പം കളിക്കാൻ തുടങ്ങി.

പതിനഞ്ച്

അനുക്കുട്ടനും നന്ദിനിയും അവധി ദിവസങ്ങളിൽ അച്ഛന്റെ പിന്നാലെ നടന്നു. പൂവാലിയുടെയും കിടാവിന്റെയും വിശേഷം പറഞ്ഞു. പിന്നെ, അമ്മിണിക്കോഴിയുടെ ഓരോ മക്കളെക്കുറിച്ചും വാതോരാതെ പറഞ്ഞുകൊണ്ടിരുന്നു.

“നന്ദിനീ, നീ ആ പൂമ്പാറ്റയുടെ കാര്യം പറഞ്ഞില്ലല്ലോ...” അനുക്കുട്ടൻ ഓർമ്മിപ്പിച്ചു. നന്ദിനി അക്കാര്യവും അച്ഛനോട് വർണ്ണിച്ചു കേൾപ്പിച്ചു. എല്ലാം കേട്ടപ്പോൾ അച്ഛൻ പറഞ്ഞു:

“നിങ്ങളെത്ര നല്ല കുട്ടികളാണ്. ഓരോ ജീവികളെക്കുറിച്ചും അതിന്റെ കുഞ്ഞുങ്ങളെക്കുറിച്ചും മനസ്സിലാക്കിവച്ചിരിക്കുന്നു.” നന്ദിനിയും അനുക്കുട്ടനും പരസ്പരം നോക്കി. കാര്യങ്ങളെല്ലാം ചിലപ്പോൾ പറഞ്ഞുതരാറുള്ളത് അമ്മയും ടീച്ചറുമാണല്ലോ. അമ്മിണിക്കോഴീം, പൂവാലിയും പൂമ്പാറ്റയും ടൈഗറും പറഞ്ഞു തരാറുള്ള കാര്യങ്ങളൊന്നും അച്ഛനോട് പറഞ്ഞില്ല. അച്ഛന തൊന്നും വിശ്വസിക്കില്ല. അവരുടെ സംഭാഷണം ശ്രദ്ധിച്ചുകൊ ണ്ടിരുന്ന ടൈഗർ പറഞ്ഞു:

“ദേ... ഞങ്ങൾ മൃഗങ്ങളും മറ്റും സംസാരിക്കുന്നതും പെരു മാറുന്നതും അതിന്റെ അർത്ഥവും നിങ്ങൾക്കു രണ്ടാൾക്കുമേ അറി യുള്ളൂ. ഇതൊന്നും മറ്റൊരാളിനോട് പറഞ്ഞാൽ വിശ്വാസമാകില്ല.

വെറുതെയെന്തിനാ അതൊക്കെ പറയണമെന്ന് മനസ്സിൽ വിചാരിക്കുന്നത്...”

ടൈഗർ ഗൗരവത്തിലാണ്. എന്നാലും അവൻ പറഞ്ഞതൊക്കെ ശരിയാണ്. ഞങ്ങൾ ഇവരോടൊക്കെ സംസാരിക്കുന്നത് അമ്മ കേൾക്കാറില്ലല്ലോ. അമ്മയ്ക്ക് ഇവൻ പറയുന്നതൊന്നും മനസ്സിലാകാറുമില്ല.

അച്ഛനുംകൂടി വന്നപ്പോൾ പൂവാലിയുടെ കാര്യവും ടൈഗറിന്റെ കാര്യവും നോക്കാൻ ഒരാളായി. അമ്മിണിക്കോഴിയുടെ കുട്ടികൾ കുറച്ച് വലുതായിരിക്കുന്നു. അവ തള്ളക്കോഴിയെ വിട്ട് ഒറ്റയ്ക്ക് ചിക്കിച്ചികയാൻ തുടങ്ങിയിട്ടുണ്ട്.

“ഓ... അവരൊക്കെ വലുതായില്ലേ... ഇനി ഒറ്റയ്ക്ക് ജീവിക്കാൻ പഠിക്കട്ടെ...”

അമ്മിണിക്കോഴി അവരോട് ഇടയ്ക്കിടെ പറയാറുണ്ട്.

പൂവാലിയെ കറന്ന് പാലെടുക്കുന്നത് അച്ഛനാണ്. കിടാവിന് കുടിക്കാൻ കുറച്ച് പാലേ കൊടുക്കുന്നുള്ളൂ. കുട്ടിയെ പിടിച്ച് ദൂരെ കെട്ടിയിട്ടാണ് തള്ളയെ കറക്കുന്നത്. ഹോ... എത്ര വിഷമമുണ്ടാകും കിടാവിന്.

“പാല് കറന്നെടുത്ത് വിറ്റാലേ പശുവിനെ വളർത്തിയതുകൊണ്ട് നമ്മൾക്ക് ഗുണമുള്ളൂ അനൂട്ടാ...”

അക്കാര്യത്തെക്കുറിച്ച് ചോദിച്ചപ്പോൾ അച്ഛൻ അങ്ങനെയാണ് പറഞ്ഞത്. മാത്രമല്ല, കിടാവ് വലുതായിരിക്കുന്നു. പുല്ല് നല്ലതുപോലെ തിന്നുന്നുമുണ്ട്. വലുതാവുമ്പോൾ മനുഷ്യക്കുഞ്ഞുങ്ങളും മുലപ്പാല് കുടിക്കുന്നത് നിർത്താറുള്ളത് അവനോർത്തു. മറ്റ് ഭക്ഷണം കഴിക്കാൻ തുടങ്ങിയാൽ മുലപ്പാല് കുടിക്കണമെന്നില്ല എന്നുകൂടി അച്ഛൻ അവർക്ക് പറഞ്ഞുകൊടുത്തു.

സ്കൂളിൽ പോകാൻ രണ്ടാൾക്കും മടിയൊന്നുമില്ല. പക്ഷേ, അച്ഛൻ ലീവ് കഴിഞ്ഞുപോകുന്നത് വരെ വീട്ടിലിരുന്നാൽ എത്ര നല്ലതാണ്. പക്ഷേ, അമ്മ അതൊന്നും സമ്മതിച്ചു തരില്ല.

പൂമ്പാറ്റയുടെയും മറ്റും കാര്യങ്ങളെക്കുറിച്ച് അച്ഛന് അറിയാവുന്നവ കുട്ടികൾക്ക് പറഞ്ഞുകൊടുക്കും. കുട്ടിക്കാലത്ത് പൂമ്പാ

റ്റകളെ ഉപദ്രവിച്ച കാര്യങ്ങളൊക്കെ. അതുകേൾക്കുമ്പോൾ നന്ദി നിക്ക് സങ്കടം വരും.

ഒരുദിവസം ആകാശത്ത് കണ്ട അത്ഭുതം അനുക്കുട്ടനേയും നന്ദിനിയേയും അമ്പരപ്പിച്ചു. അവർ ഓടി അച്ഛന്റെയടുത്തെത്തി.

"അച്ഛാ, ആകാശത്ത് 'റ' പോലെ എന്തോ കളറില് കാണു ന്നു."

അച്ഛൻ ആകാശത്തേക്ക് നോക്കിയിട്ട് ചിരിച്ചുകൊണ്ടു പറഞ്ഞു: "അതാണ് മഴവില്ല്."

ചിത്രങ്ങളിൽ മാത്രം കണ്ട മഴവില്ല് ആകാശത്ത് കണ്ടപ്പോൾ രണ്ടാളും തുള്ളിച്ചാടി. മഴവില്ലുണ്ടാകുന്നതെങ്ങനെയെന്ന് അച്ഛൻ അവർക്ക് പറഞ്ഞുകൊടുത്തു. മഴയുടെ ഒരുക്കങ്ങളുണ്ടാകുമ്പോ ഴാണ് ആകാശത്ത് മഴവില്ലുണ്ടാകുന്നതെന്ന അറിവ് അവർക്ക് ആദ്യമായി കിട്ടുകയാണ്.

ഇനിയിപ്പോൾ മഴക്കാലമാണോ. ഓർക്കുമ്പോൾ അനുക്കു ട്ടന് സന്തോഷമായി. തുലാവർഷമാണ് ഇനി വരേണ്ടത് എന്നാ ണച്ഛൻ പറഞ്ഞത്. എന്തായാലും മഴ ഒരു രസകരമായ കാര്യമാ ണ്. കുടയും ചൂടി സ്കൂളിലേക്ക് പോകാം.

അയ്യോ... അപ്പോൾ അമ്മിണിക്കോഴിക്കും കുട്ട്യോൾക്കും പുറത്തിറങ്ങി ചിക്കിച്ചികഞ്ഞു നടക്കാനാകില്ലല്ലോ. പൂവാലിക്ക് 'ആല' എന്ന പേരിൽ ഒരു വീടുണ്ട്. ടൈഗറിനും കുഴപ്പമില്ല. അവൻ വരാന്തയിലോ അവന്റെ കൂട്ടിലോ കിടന്നോളും. അമ്മിണിക്കോ ഴിക്കും കുട്ട്യോൾക്കും താമസിക്കാൻ നല്ലൊരു കൂടുപണിയാൻ അച്ഛനോട് പറയണം. തങ്ങൾ ചെറിയ കുട്ടികളായതുകൊണ്ട് അച്ഛൻ കേൾക്കാതിരിക്കില്ല. ആരായാലും നല്ലകാര്യങ്ങളായാൽ പരിഗണിക്കാം എന്നാണ് അച്ഛൻ പറയാറ്.

അമ്മിണിക്കോഴിക്ക് കൂട് എന്ന ആശയം ആദ്യം അമ്മയോ ടാണ് പറഞ്ഞത്. അമ്മ സന്തോഷത്തോടെ അച്ഛനോടും പറഞ്ഞു. മഴ പെയ്യുന്നതിനു മുമ്പ് ചെയ്തുതരാം എന്ന് സമ്മതിക്കുകയും ചെയ്തു.

അച്ഛന് ലീവ് കഴിയാറായെന്ന് അമ്മ പറഞ്ഞു. ഇനി കുറച്ചു ദിവസങ്ങളേയുള്ളു. പാവം അച്ഛൻ. പട്ടാളക്കാരെല്ലാം നമ്മുടെ

നാടിനെ രക്ഷിക്കുന്നവരാണെന്നും അവർക്ക് വലിയ സ്ഥാനമാണുള്ളതെന്നും അച്ഛൻ പറഞ്ഞുതന്നിട്ടുണ്ട്. മറ്റുള്ളവർ നമ്മുടെ രാജ്യത്തെ ആക്രമിക്കാൻ വന്നാൽ യുദ്ധമുണ്ടാകുമെന്നും ശത്രുക്കളെ തുരത്തിയോടിക്കാൻ പട്ടാളക്കാർ ശ്രമിക്കുമെന്നും അവർക്ക് മനസ്സിലായി. എന്തൊരു കഷ്ടമാണ് പട്ടാളക്കാർക്ക്. എപ്പോഴും രാജ്യത്തിനുവേണ്ടി ശ്രദ്ധയോടെ ജോലി ചെയ്യണം. തോക്കും പീരങ്കികളുമൊക്കെ അവർക്ക് കാണാൻ കഴിയുമത്രേ.

നന്ദിനിക്ക് സിനിമയിൽ പട്ടാളക്കാർ യുദ്ധം ചെയ്യുന്നത് കാണുമ്പോഴേ പേടിയാണ്. അമ്മയും അത്തരം രംഗങ്ങൾ കാണുമ്പോൾ ചാനൽ മാറ്റാറുള്ളത് അനുക്കുട്ടൻ ഓർത്തു.

പതിനാറ്

ഈയിടെയായി അമ്മിണിക്കോഴിക്ക് എപ്പോഴും ക്ഷീണമാണ്. പുറത്തേക്കിറങ്ങാതെ പുതിയ കൂട്ടിൽത്തന്നെ കിടക്കും. കുട്ടികളൊക്കെ വലുതായി. ബഹളംവച്ച് എപ്പോഴും തൊടിയിൽ ഓടി നടക്കും.

“എന്താ അമ്മിണീ... നെനക്ക് വെശപ്പില്ലേ... ഒന്നും തിന്നാതെ ഇങ്ങനെ ഉറങ്ങ്യാലോ...”

അനുക്കുട്ടന്റെ ചോദ്യം കേട്ട് അമ്മിണി തളർന്ന കണ്ണുകൾ തുറന്നു. “എനിക്ക് വയ്യ അനൂട്ടാ... തീറ്റയെടുക്കാനുള്ള ശക്തിയില്ലാത്തതുപോലെ.”

അമ്മിണിക്കോഴി വീണ്ടും ഉറങ്ങാൻ തുടങ്ങി. അനുക്കുട്ടൻ അമ്മയുടെ അടുത്തുചെന്ന് കാര്യം പറഞ്ഞു. അമ്മിണിക്കെന്തോ അസുഖമുണ്ടെന്ന് അമ്മ അച്ഛനോടും പറഞ്ഞു. വൈകുന്നേരമായപ്പോൾ അച്ഛൻ ആരെയോ കൂട്ടിക്കൊണ്ടുവന്നു. അമ്മിണിയെ അയാൾ തിരിച്ചും മറിച്ചും നോക്കി. കാര്യങ്ങളെല്ലാം മനസ്സിലാക്കിയ അദ്ദേഹം പറഞ്ഞു:

“ഇത് കോഴിവസന്തയാകാനാണ് സാധ്യത. കുറേ സ്ഥലങ്ങളിൽ രോഗം ഉണ്ടെന്ന് റിപ്പോർട്ടുണ്ട്. മരുന്നു കൊടുത്തുനോക്കാം.”

അതൊരു ഡോക്ടറാണെന്ന് അച്ഛൻ പറഞ്ഞു. എന്തൊരു

പേരാണ് അമ്മിണിക്കോഴിയുടെ രോഗത്തിന്... വസന്തയോ... തങ്ങളുടെ സ്കൂളിലെ 'ആയമ്മ'യുടെ പേരും വസന്തയെന്നാണല്ലോ. അതൊരു രോഗത്തിന്റെ പേരാണോ?"

കുറേ ദിവസം മരുന്നും കുത്തിവയ്പും നടത്തി. കന്നുകാലികളിൽ കാണുന്ന കുളമ്പുരോഗത്തെക്കുറിച്ചും ആ ഡോക്ടർ അച്ഛനോടു പറയുന്നതു കേട്ടു. ശ്രദ്ധിക്കണമെന്നും. കഷ്ടം തന്നെ. ഇവർക്കൊക്കെ രോഗം വരുമെന്നും ചിലപ്പോൾ രോഗം കാരണം മരിച്ചുപോകുമെന്നുമൊക്കെ ഇപ്പോഴാണ് അനുക്കുട്ടനും നന്ദിനിയും മനസ്സിലാക്കുന്നത്.

ഒരിക്കൽ ഡോക്ടറങ്കിൾ വന്ന് സിറിഞ്ചിൽ മരുന്ന് നിറച്ച് വരാന്തയിലിരുന്നു. അച്ഛൻ ടൈഗറിനെ അന്വേഷിച്ചു നടന്നു.

ഇതെന്തു കഥ... അച്ഛനെന്തിനാ ടൈഗറിനെ തിരയുന്നത്? അനുക്കുട്ടന് ഒന്നും മനസ്സിലായില്ല. അവൻ അച്ഛനൊപ്പം കൂടി. പറമ്പിലെങ്ങും അവനെ കണ്ടില്ല. പിന്നെ വീടുമുഴുവനും പരിശോധിച്ചു. അനുക്കുട്ടൻ വെറുതെ ചായ്പ്പിൽ കയറിയതാണ്. അപ്പോഴാണ് ഇരുട്ടിൽ ഒരു അണപ്പ് (കിതയ്ക്കൽ) കേട്ടത്. അവനാദ്യം ഭയം തോന്നി... ടൈഗറാണോ?

"അനൂട്ടാ... എനിക്ക് പേടിയാകുന്നു. പറഞ്ഞുകൊടുക്കല്ലേ ഞാനിവിടെയുണ്ടെന്ന്..."

അനൂട്ടന് അമ്പരപ്പുതോന്നി. എന്താണ് കാര്യം? എന്താണ് ടൈഗർ ഒളിച്ചിരിക്കുന്നത്? അച്ഛനെന്തിനാണ് ഇവനെ തിരയുന്നത്? ഇവൻ വല്ല കുരുത്തക്കേടും ഒപ്പിച്ചോ... പാവം ആകെ ഭയന്നിരിക്കുകയാണല്ലോ.

"അയാൾ എനിക്ക് സൂചി വയ്ക്കാൻ വന്നതാ. വേണ്ട. എനിക്ക് ഭയങ്കര പേടിയാ."

അവൻ അനൂട്ടന്റെ അടുത്തേക്ക് വന്നു. അവന്റെ കിതപ്പ് കണ്ടപ്പോൾ അവനൊരുപാട് ഓടിയിട്ടുണ്ടെന്നുറപ്പ്.

അനുക്കുട്ടൻ വേഗം അച്ഛന്റെ അടുത്തെത്തി. കാര്യമെന്തെന്ന് തിരക്കിയപ്പോഴാണറിയുന്നത്, നായകൾക്ക് പ്രത്യേകിച്ചും വളർത്തു നായകൾക്ക് സമയാസമയം കുത്തിവയ്ക്കണമത്രേ... മനുഷ്യരുമായി ഇടപഴകുന്നതല്ലേ... കുത്തിവയ്ക്കുന്നത് രണ്ടുകൂ

ട്ടർക്കും ആരോഗ്യപ്രശ്നമുണ്ടാക്കില്ല. വിശദമായി അച്ഛനും ഡോക്ടറങ്കിളും പറഞ്ഞപ്പോൾ അതൊരു നല്ലകാര്യമാണെന്ന് അനുക്കുട്ടനും തോന്നി. കാരണം പലതരം അസുഖങ്ങൾ വരാതിരിക്കാനാണല്ലോ ആശുപത്രിയിൽചെന്ന് കുട്ടികൾക്ക് കുത്തിവയ്പ്പു നടത്തുന്നത്. അതും കൃത്യമായ വയസ്സിലാണത് ചെയ്യുക.

അനുക്കുട്ടൻ ഓടി ചായ്പ്പിലെത്തി. അവിടെ ഇരുട്ടിൽ അപ്പോഴും ടൈഗർ കിതപ്പോടെ ഇരിക്കുകയാണ്. അനുക്കുട്ടൻ എല്ലാ കാര്യങ്ങളും അവനോട് പതുക്കെ പറഞ്ഞുകൊടുത്തു. അഞ്ചുവയസ്സുവരെ തങ്ങൾക്ക് കുത്തിവച്ച കാര്യങ്ങളും പറഞ്ഞു. കുറച്ചു വേദനയുണ്ടാകും. പക്ഷേ, രോഗം വരാതിരിക്കാനാണല്ലോ...

അവസാനം ടൈഗർ സമ്മതിച്ചു. അനുക്കുട്ടന്റെ അടുത്തുനിന്നാണ് ഡോക്ടറങ്കിൾ അവനെ കുത്തിവച്ചത്. അനുക്കുട്ടൻ അവനെ ചേർത്തുപിടിച്ചിരുന്നു.

എല്ലാർക്കും സന്തോഷമായി...

പതിനേഴ്

അമ്മിണിക്കോഴി പതുക്കെ തീറ്റയെടുക്കുന്നുണ്ട്. രോഗം ഭേദപ്പെട്ടുവെന്ന് അച്ഛൻ പറഞ്ഞു. അമ്മയും ആശ്വാസത്തിലാണ്. ബാക്കി കോഴികൾക്കൊന്നും രോഗം വന്നിട്ടില്ല.

കുത്തിവച്ചതുകൊണ്ട് ടൈഗറിന് രണ്ടുദിവസം അച്ഛനോട് പിണക്കമായിരുന്നു. അനുക്കുട്ടൻ സംസാരിക്കുമ്പോൾ മാത്രം എന്തെങ്കിലും പ്രതികരിക്കും. നന്ദിനിയോടും അവന് വെറുപ്പൊന്നും ഇല്ലെന്ന് തോന്നുന്നു.

അച്ഛൻ തിരിച്ചു പോകാൻ സമയമായിരിക്കുന്നു. നാളെയാണ് അച്ഛൻ പോകുന്നത്. അമ്മ അടുക്കളയിൽ പലതരം പലഹാരങ്ങളും അച്ചാറുകളും മറ്റും ഉണ്ടാക്കുന്ന തിരക്കിലാണ്. അനുക്കുട്ടനും നന്ദിനിയും അച്ഛന്റെ അടുത്തുതന്നെ ചുറ്റിപ്പറ്റി നില്പാണ്.

എങ്കിലും അമ്മിണിക്കോഴിയെ ഇടയ്ക്കുചെന്ന് കാണാനും ശ്രദ്ധിച്ചു. പാവം എത്രമാത്രം ക്ഷീണിച്ചിരിക്കുന്നു. പൂവാലി വളരെ സങ്കടത്തിലാണ്. രണ്ടുമാസത്തോളമായി അവളെ ശരിക്കും പരിചരിക്കുന്നത് അച്ഛനാണ്. പുലർച്ചെ എഴുന്നേറ്റാൽ അച്ഛൻ പൂവാലിയുടെ അടുത്താണ്. ടൈഗറിനെ കുളിപ്പിക്കുന്നതും അവന്റെ ശരീരത്തിൽ ചെള്ളുകളോ പേനുകളോ വരാതിരിക്കാൻ പൗഡറിട്ട് മിനുക്കിക്കൊടുക്കുന്നതും അച്ഛൻ തന്നെ.

എപ്പോഴും എന്തെങ്കിലും ജോലി ചെയ്തുകൊണ്ടിരിക്കാനാണ് അച്ഛനിഷ്ടം. അച്ഛൻ വന്നതുകൊണ്ട് അമ്മയ്ക്ക് അടുക്കളക്കാര്യം മാത്രം നോക്കിയാൽ മതിയായിരുന്നു. അമ്മയ്ക്കും വിഷമമുണ്ടെന്ന് തോന്നുന്നു അച്ഛൻ പോകുന്ന കാര്യമോർക്കുമ്പോൾ.

അച്ഛൻ കുറേ വാഴ നട്ടിട്ടുണ്ട്. അച്ഛൻ തൂമ്പാകൊണ്ട് കിളച്ചുനടക്കുമ്പോൾ കുട്ടികൾ കൗതുകത്തോടെ നോക്കിയിരിക്കാറുണ്ട്.

"ഇതിൽ കുലവന്നാൽ അച്ഛനെ വിളിച്ചറിയിക്കണേ..." അച്ഛൻ ചിരിച്ചുകൊണ്ട് പറഞ്ഞിട്ടുണ്ട്. ധാരാളം ചാണകവും മറ്റും അതിന് വളമാണത്രേ. അച്ഛന് എല്ലാ കാര്യങ്ങളും അറിയാം. "നിങ്ങളൊരു കൃഷിക്കാരനാകേണ്ടതാണ്." അച്ഛന്റെ അദ്ധ്വാനവും സ്നേഹവും കാണുമ്പോൾ അമ്മ കളിയാക്കും. പട്ടാളക്കാരന്റെ മനസ്സല്ല നിങ്ങൾക്കെന്നും അമ്മ ഇടയ്ക്ക് കുട്ടികളോടൊത്തിരിക്കുമ്പോൾ പറഞ്ഞിട്ടുണ്ട്.

വറീത് മാപ്ല മീൻ കൊണ്ടുവന്നപ്പോഴും അമ്മയോട് ചോദിച്ചത്രേ പട്ടാളക്കാരനെപ്പോഴാ പോണത് എന്ന്. അച്ഛൻ വന്നതുകൊണ്ട് അമ്മ മീൻ കുറേയധികം വാങ്ങാറുണ്ടായിരുന്നു. വറീത് ചേട്ടനും സങ്കടം തന്നെ.

ഒരു വർഷം കാത്തിരുന്നിട്ടാണ് അച്ഛൻ വന്നത്. ഇനി ഒരു വർഷം കാത്തിരിക്കണം.

പിറ്റേന്ന് പോകാനിറങ്ങുമ്പോൾ അച്ഛൻ അമ്മിണിക്കോഴിയെ തലോടി പറഞ്ഞു... "നിന്റെ രോഗോക്കെ പോയി. നീയിനി നല്ല ഭക്ഷണം കഴിച്ചോളണം..."

അമ്മിണിക്ക് ഭയങ്കര സങ്കടം വന്നു. ജീവൻ രക്ഷിക്കാൻ ശ്രമിച്ചയാളല്ലേ. ഇനിയെപ്പോഴാ കാണ്വാ... ടൈഗറിനെ കെട്ടിപ്പിടിച്ചുകൊണ്ട് അച്ഛൻ പറഞ്ഞു:

"നിനക്കാ ഇവിടെ കൂടുതൽ ഉത്തരവാദിത്വം വേണ്ടത്. എപ്പോഴും ഒരു പട്ടാളക്കാരനെപ്പോലെ നീ ഉഷാറായിരിക്കണം." ടൈഗർ സങ്കടം നിറഞ്ഞ ഒരു ശബ്ദത്തോടെ അച്ഛന്റെ കാലിൽ ഉരുമ്മിനിന്നു.

"പൂവാലി... ഇനി നിന്റെ കാര്യം അനൂട്ടന്റെ അമ്മ തന്നെ

നോക്കും കേട്ടോ... എനിക്ക് പോവാണ്ടിരിക്കാൻ പറ്റില്ലല്ലോ."

പൂവാലിയുടെ കണ്ണുകൾ നിറഞ്ഞെന്ന് അനുക്കുട്ടൻ മനസ്സിലാക്കി. എല്ലാർക്കും സങ്കടം തന്നെ. റെയിൽവേ സ്റ്റേഷനിൽ പോകാനായി അച്ഛൻ കാറിൽ കയറുമ്പോൾ നന്ദിനിക്കും അനൂട്ടനും ഓരോ മുത്തം കൂടുതൽ കിട്ടി. ശരിക്കും രണ്ടാളും കരഞ്ഞു. അച്ഛൻ എല്ലാവർക്കും റ്റാറ്റ പറഞ്ഞു കാറിൽ കയറി. ഏറെ സമയം അമ്മയും മക്കളും ടൈഗറും പൂവാലിയും അമ്മിണിയും അച്ഛൻ പോയ ദിക്കിലേക്ക് നോക്കിനിന്നു.